ஆஸ்டின் இல்லம்

கிழக்கு பதிப்பக வெளியீடுகளாக சுஜாதாவின் புத்தகங்கள்

மீண்டும் ஜீனோ
நிறமற்ற வானவில்
நில்லுங்கள் ராஜாவே
தீண்டும் இன்பம்
ஆஸ்டின் இல்லம்
அனிதாவின் காதல்கள்
நைலான் கயிறு
24 ரூபாய் தீவு
அனிதா இளம் மனைவி
கொலை அரங்கம்
கமிஷனருக்கு கடிதம்
அப்ஸரா
பாரதி இருந்த வீடு
மெரீனா
ஆர்யபட்டா
என் இனிய இயந்திரா
காயத்ரி
ப்ரியா
தங்க முடிச்சு
எதையும் ஒருமுறை
ஊஞ்சல்
ஓரிரவில் ஒரு ரயிலில்
மீண்டும் ஒரு குற்றம்
விக்ரம்
ஆ..!
நில், கவனி, தாக்கு!
வாய்மையே சில சமயம் வெல்லும்
வசந்த காலக் குற்றங்கள்
சிவந்த கைகள்
ஒரே ஒரு துரோகம்
இன்னும் ஒரு பெண்
6961
ஜோதி
மாயா
ரோஜா
ஓடாதே
மேற்கே ஒரு குற்றம்
விபரீதக் கோட்பாடு
ஐந்தாவது அத்தியாயம்
மலை மாளிகை
விடிவதற்குள் வா
மூன்று நாள் சொர்க்கம்
பத்து செகண்ட் முத்தம்
கம்ப்யூட்டர் கிராமம்
இளமையில் கொல்
மேகத்தை துரத்தியவன்
ஒரு நடுப்பகல் மரணம்
நகரம்
இதன் பெயரும் கொலை
மண்மகன்
தப்பித்தால் தப்பில்லை
விழுந்த நட்சத்திரம்
முதல் நாடகம்
ஆட்டக்காரன்
ஜன்னல் மலர்
என்றாவது ஒரு நாள்
வைரங்கள்
மேலும் ஒரு குற்றம்
சொர்க்கத் தீவு
கனவுத் தொழிற்சாலை
ஆயிரத்தில் இருவர்
பதினாலு நாட்கள்
உள்ளம் துறந்தவன்
பிரிவோம் சந்திப்போம்
கரையெல்லாம் செண்பகப்பூ
இரண்டாவது காதல் கதை
நிர்வாண நகரம்
குருபிரசாதின் கடைசி தினம்
இருள் வரும் நேரம்
திசை கண்டேன் வான் கண்டேன்
ஆழ்வார்கள் - ஓர் எளிய அறிமுகம்
தேடாதே
விருப்பமில்லாத் திருப்பங்கள்
கை
விரும்பிச் சொன்ன பொய்கள்
ஆதலினால் காதல் செய்வீர்
நூற்றாண்டின் இறுதியில் சில சிந்தனைகள்
அப்பா, அன்புள்ள அப்பா
மிஸ். தமிழ்த்தாயே, நமஸ்காரம்!
சிறு சிறுகதைகள்
வாரம் ஒரு பாசுரம்
வானத்தில் ஒரு மௌனத்தாரகை
கடவுள் வந்திருந்தார்
அனுமதி
ஓலைப் பட்டாசு
சேகர், சிங்கமய்யங்கார் பேரன்
கம்ப்யூட்டரே ஒரு கதை சொல்லு
டாக்டர் நரேந்திரனின் வினோத வழக்கு
நிஜத்தைத் தேடி
பாதி ராஜ்யம்
சில வித்தியாசங்கள்
21ம் விளிம்பு
சின்னச் சின்னக் கட்டுரைகள்
ஜீனோம்
கற்பனைக்கும் அப்பால்
மனைவி கிடைத்தாள்
மத்யமர்
ஓரிரு எண்ணங்கள்
ரயில் புன்னகை
தோரணத்து மாவிலைகள்
விவாதங்கள் விமர்சனங்கள்

ஆஸ்டின் இல்லம்

சுஜாதா

கிழக்கு

ஆஸ்டின் இல்லம்
Austin Illam
by Sujatha
Sujatha Rangarajan ©

Kizhakku First Edition: December 2009
80 Pages
Printed in India.

ISBN: 978-81-8493-373-4
Title No. Kizhakku 449

Kizhakku Pathippagam
177/103, First Floor,
Ambal's Building, Lloyds Road,
Royapettah, Chennai 600 014.
Ph: +91-44-4200-9601

Email : support@nhm.in
Website : www.nhm.in

Cover Image : Shutterstock
Backcover Image : Srihari

Kizhakku Pathippagam is an imprint of New Horizon Media Private Limited

This book is sold subject to the condition that it shall not, by way of trade or otherwise, be lent, resold, hired out, or otherwise circulated without the publisher's prior written consent in any form of binding or cover other than that in which it is published and without a similar condition including this the rights under copyright reserved above, no part of this publication may be reproduced, stored in or introduced into a retrieval system, or transmitted in any form or by any means (electronic, mechanical, photocopying, recording or otherwise), without the prior written permission of both the copyright owner and the above-mentioned publisher of this book.

'இந்தியா டுடே' இதழில்
தொடர்கதையாக வந்த குறுநாவல்

1

சாயங்காலம் மரங்களில் மின்சாரப் பழங்கள் பழுக்க, பாண்டு வாத்யக்காரர்கள்தான் முதலில் வந்து தத்தம் உறைகளைக் கழற்றினார்கள். ஓரத்தில் விருந்து சாப் பாட்டைச் சூடாக வைக்க, பாத்திரங்களின் அடியில் தாற்காலிக நீல நெருப்புகளை ஒரு சிப்பந்தி உயிர்ப்பிக்க, மற்றிருவர் பிளாஸ்டிக் போர்டில் 'நிகில்' என்பதற்குரிய எழுத்துகளைப் பொருத்தினார்கள்.

ஆஸ்டின் பெரியப்பாதான் முதலில் வந்தார். சொல்ப மயிரை படிய வாரி 'உன் குட்டு எனக்குத் தெரியும்' என்று சொல்லும் சாஸ்வதப் புன்னகை. வயசு மீறிய உற்சாக நடையில் வெற்றியின் அடையாளம். அவர் ஆரம்ப காலத்தில் ஒரு ஆஸ்டின் வைத்திருந்தாராம். அப்போது வாய்த்த பெயர். இப்போ காண்டெஸ்ஸா, டோயோட்டா, மாருதி 1000 எல்லாம் வந்த பின்னும் மாறவில்லை. அவர்தான் குடும்பத்தில் முதன்முதலில் கார் வாங்கினவர். அதுவரை குடும்பம் வெற்றிலை வியாபாரம், ஜவுளி, கரி, பஸ் என்று கீழ் மத்திய வர்க்கமாக இருந்தது. ஆஸ்டின் பெரியப்பா முதன்முதலாக பிரஸ் வைத்து 'ஜமதக்கினி' என்று பத்திரிகை ஆரம்பித்து நொடித்துப்போய், எட்டு இஷ்யுகூட வராமல் வாக்கிய பஞ்சாங்கம் அடித்துப் பார்த்தார். பல பாஷையில் நோட்டீஸ் அச்சடித்து பெயின்பாம் பண்ணிப் பார்த்தார். அதுவும் சரிப்படா மல் பிரஸ்ஸை விற்று மசித்தொழிற்சாலை வைத்து

மனைவியின் பெயரை மசிக்குக் கொடுத்து அதிலிருந்து ஸ்டேஷனரி அயிட்டங்கள், ப்ளேட் கிளாஸ், பார்டிக்கிள் போர்டு, சினிமா தியேட்டர், மாவு மில், ஷாப்பிங் காம்ப்ளெக்ஸ் என்று விஸ்தரித்து இப்போது ஸாட்டிலைட் டி.வி., வீடியோ, டிஸ்க் கம்ப்யூட்டர், படிப்புக்கு ஃப்ரான்சைஸ் என்று பெருகிவிட்ட ஒன்பது தொழில் நிறுவனங்கள் இருந்தாலும், சாஸ்திரத்துக்கு 'ரேவதி மசி' வருசம் நூறு பாட்டில் பண்ணி, சொந்த ஊரான திருக்காட்டுப்பள்ளிப் பிள்ளைகளுக்கு இலவசமாக அனுப்புகிறார். சென்டிமெண்டாக அருகே அவர் கிராமத்தில் உள்ள முத்துமாரியம்மன் கோவிலுக்கு டியூப் லைட் முதற்கொண்டு சர்வ வஸ்துக்களும் மான்யமும் கொடுத்திருக்கிறார்.

ரேவதி மஞ்சள் காமாலையில் இறந்துபோய் அவள் தங்கை குணவதியைக் கல்யாணம் பண்ணிக்கொண்டார். அவள் மூலம் பிறந்த முகுந்தனின் பிள்ளை, நாளை அமெரிக்கா போகும் நிகில். அவனுக்குத்தான் பார்ட்டி. ரேவதி மூலமாக அவருக்கு மூன்று பெண்கள், ராஜேஸ்வரி, மகேஸ்வரி, காமேஸ்வரி. ஒரு பையன், சிவானந்தம். இத்தனை பேரைப் பார்த்துக் கொள்ளத்தான் ரெண்டாம் கல்யாணம் (சிவானந்தத்தின் மனைவி மாலதி வரவில்லை) பண்ணிக்கொண்டதாகச் சொன்னாலும் ரேவதி உயிரோடு இருக்கும்போதே ஏற்பாடுகள் ஆரம்பித்தது நிஜம். முகுந்தன் இரண்டாம் தாரம் குணாவின் ஒரே பையன். அவனுக்கு ஆஸ்டின் பெரியப்பாவின் அக்கா பெண் பானுமதியைக் கல்யாணம் பண்ணிவைத்து, அவர்களுக்கு இரண்டு பெண்கள் சுதா, வசந்தி. அடுத்தது பையன் நிகில். அதன்பிறகு ரொம்ப வருஷம் கழித்து நந்து, பெரியப்பாவின் கண்மணிப் பேரன். இப்படி ஒன்றுக்கு ஒன்று உறவைவிட்டு வெளியே போகாமல் (ராஜேஸ்வரியின் பெண் நித்யாவை நிகிலுக்கு நிச்சயம் பண்ணிவிட்டுத்தான் போக வேண்டும் என்று சொல்கிறார்கள்) ஏகப்பட்ட பேரன் பேத்திகளாக, பெரியப்பாவுக்கே தலை சுற்றும். யாரையாவது பார்த்தால் 'யார்ரா நீ? ராஜி பையனா, மகேஸ் பொண்ணா? உம் பேரு பாலாஜிதானே' என்று போட்டுக் குழப்புவார். இன்பமான குழப்பம் நிரம்பித் ததும்பும் குடத்தின் உற்சாகம். இது போதாதென்று பெரியப்பா பாண்டியில் இருந்த போது ஒரு பெண்ணைக் கல்யாணம் பண்ணிக்கொண்டதாகப் பேச்சு. யாராவது அதை எடுத்தால் உடனே முகம் சுருங்கி விடுவார். இப்போது ஏறக்குறைய அத்தனை பேரும் A40 எண் கொண்ட ஆஸ்டின் இல்லத்தில் ஆழ்வார்பேட்டை ராமசாமி

ரோட்டை ஒட்டிய சந்தில் பெரிய வீட்டில் இருக்கிறார்கள். அந்த வீட்டை வாங்கியதிலிருந்துதான் நிஜப்பணக்காரர் பட்டியலில் பெரியப்பா சேர்ந்தார் என்று சொல்வார்கள்.

பெரியப்பா வந்ததும் க்ளப்பில் ஒரு மரியாதை ஊடுருவியது. புராதன மெம்பர் என்பதால் வீட்டோ உரிமை உள்ளவர். எவரையும் அவரால் சீட்டுக்கிழிக்க முடியும். உறுப்பினரிலிருந்து விலக்க முடியும்.

தென்சென்னை சென்சுரியன் கிளப்பின் அங்கத்தினராவது மகாவிஷ்ணுவாவதற்கு அடுத்தபடி. வெயிட்டிங் லிஸ்ட்டே நாற்பது வருஷம் என்று சொல்வார்கள். எம்.ஜி.ஆருக்கே இப்போதுதான் முறை வந்தது என்று சொல்வார்கள். அத்தனை தனிப்பட்டது.

பெரியப்பா வந்த ஏறக்குறைய அதே சமயத்தில் முகுந்தனும் பானுமதியும் நந்துவுடன் வந்தார்கள். மகேஸ்வரியின் பெண்கள் நந்துவை அழைத்துச் செல்ல, நிகில் மாருதியை எடுத்துச் சென் றிருப்பதாகவும் அவன் நிடேஷையும் நித்யாவையும் அழைத்து வரப்போவதாகவும் சொன்னார்கள். முகுந்தன் பாருக்குப் போனான். அங்கே பிரிட்டிஷ் காலத்திலிருந்து பாலிஷ் போடாத கேடயங்களும் புலித்தோலும், ராஜேந்திர பிரசாத், வையந்திமாலா வந்தபோது எடுத்த படங்களும், அலமாரியில் 'அப்ஸர்வர்' பத்திரிகைகளும், அடுத்த அறை பச்சை மேசை ரம்மியும் பில்லி யர்ட்சுமாக ஒரு கடந்த காலப் பிடிவாதமான சூழ்நிலை... சிவானந்தம் வீற்றிருந்தான். தலை கலைந்து கொஞ்சம் தேவதாஸ் தனமாக கோப்பையை உற்றுப்பார்த்துக்கொண்டு.

'எத்தனாவது?'

அவன் கவனிக்காமல், 'வந்துட்டானா பெரியப்பன்?' என்றான்.

'இன்னிக்குக் கூட குடிக்கணுமா?'

'இன்னிக்குத்தான் குடிக்கணும். எவ்வளவு சந்தோஷமான காரியம். உன் பய அமெரிக்கா போயி ஜெயிக்கப்போறான். குடும்பத்திலேயே முதலாவதா?'

'எல்லாரும் வந்தாச்சு. நீ வா. எங்க மாலதி?'

'தலைவலி.'

சிவானந்தம் தன் கிளாஸை சட்டென்று காலி பண்ணிவிட்டு முகத்தைத் துடைத்துக்கொண்டு 'நீ போ சகோதரா, லீக் அடிச்சுட்டு வந்துர்றேன்.'

'வா காத்திருக்கேன்' என்று முகுந்தன் சொல்ல, அவனை முறைத்துப் பார்த்துவிட்டு 'காந்தி வேசம்தானே வேண்டாங்கறது. நீ போப்பா. நான் ஸ்கூல் பையன் இல்லை.'

'வா' என்றான் அழுத்தமாக.

சிவானந்தம் கையைக் காட்டி 'உதறுதா?'

'இல்லை.'

'அப்ப இன்னும் ஒண்ணு போடலாம்.'

'சிவா, ப்ளீஸ்! இன்னிக்கு மட்டும் வேண்டாம். உம் பையன் அமெரிக்கா போறான்னு சந்தோஷமில்லையா?'

'எனக்கு என்னடா சந்தோஷம்?'

'அவன் உன் பையன் இல்லையா...?'

சிவா திடீரென்று சாந்தமாகி 'சாரி பிரதர். நீ சிபாரிசு பண்ணாட்டா பெரியப்பன்கிட்ட சில்றை புரளாது' என்று அவனுடன் எழுந்து வர, புல்வெளிக்கு இருவரும் வந்தபோது பெரியப்பா அவர்களை சந்தேகத்துடன் பார்த்து 'என்ன, அண்ணன் தம்பிங்க ராமலெட்சுமணன் மாதிரி வராங்க' என்று பானுமதியிடம் பேசினார். பானு அவர்களைக் கவலையுடன் பார்த்தாள்.

'பானு, எப்படி இருக்கே குழந்தே? உன்னைப் பார்த்தா யாராவது அஞ்சு புள்ளை பெத்தவம்பாளா?'

'நாலு புள்ளைங்க பெரியப்பா.'

'யாருக்கு அஞ்சு பிள்ளை?'

'மகேஸ்வரி அக்காக்கு.'

'பானு, ஒண்ணு தெரியுமா உனக்கு? கொஞ்சம் உசந்திருந்தன்னா உன்னை நானே கல்யாணம் பண்ணியிருப்பேன். மனைவியா வரதுக்குப் பதிலா மருமகளா வந்துட்டே.'

‘போங்க பெரியப்பா. இதையே சொல்லிக்கிட்டு.’

நந்து அவரருகில் வந்து ‘பெரியப்பா, ஏரோப்ளேன் செய்துட்டேன்’ என்றான்.

‘அப்படியா, நீதான்டா என் வாரிசு! ஒனக்காக ஏரோப்ளேன் கம்பெனியே வச்சுரலாம். இவன்தான் நிஜம் பேரப்பிள்ளை. செல்ல என்னை ஜெயிச்சுட்டான் பானு’ என்று நந்துவை எடுத்து கன்னத்தில் முத்தம் கொடுத்து ‘கெனமே இல்லையே, தக்கையா இருக்கானே. டானிக் கீனிக் சாப்டறியா?’

‘ஏன் கேக்கறிங்க. என்ன கொடுத்தாலும் உடம்பில் ஏற மாட்டேங்குது. சக்தி இல்லை. மாடிப்படி ஏறத் தடுமார்றான்’.

‘சவலைப்பிள்ளை. இத்தனை வருஷம் கழிச்சு பெத்திருக்கல்ல. நந்து, நான் ஒன் வயசில என்ன செய்துக்கிட்டு இருந்தேன் தெரியுமா?’

‘பப்பாளிப்பழம் வித்துக்கிட்டு இருந்தீங்க.’

‘சொல்லிட்டனா?’

‘ஒவ்வொரு முறையும் ஒவ்வொண்ணு சொல்றீங்க பெரியப்பா. பழைய பேப்பர், இரும்பு ஜாமான், சர்க்குலேஷன் லைப்ரரின்னு’ என்றாள் மகேஸ்வரி.

‘எல்லாமே பொய்.’

சிவானந்தம் மகேஸ்வரியின் இரண்டாவது பெண் சித்ராவுடன் தனிமையாகப் பேசிக் கொண்டிருக்க, ‘கல்யாணம் ஆனா என்ன. அதான் சரியான சந்தர்ப்பம்’ என்றபோது அதைப் பாதி கேட்டுக் கொண்டு முகுந்தன் அவர்கள் அருகில் வர, அவள் பேச்சை நிறுத்திவிட்டாள். ‘என்ன இன்னும் நிக்கியைக் காணமே?’ என்றான்.

‘விடுப்பா அவங்களை. இள ரத்தம். நித்யாவோட வரான் இல்லை? கொஞ்சம் நேரம்தான் ஆகும். கண்டுக்காதே.’

நிகில் வந்துவிட்டான். க்ளப் வாயிலில் மரத்தடி இருட்டில் மாருதி காரிலிருந்து இறங்குமுன் ‘நிடேஷ், நீ போ’ என்று அனுப்பிவிட்டு அவன் போனதும் வேகமாக நித்யாவின் இடுப்பில் கை வைத்தான்.

நித்யா, 'ப்ளீஸ்! வேண்டாம். நாட் நௌ.'

'டாமிட். வீ ஆர் கோயிங் டு கெட் மாரீட். டாமிட்' என்று அவளை சீட்டில் வைத்து அழுத்தினான். 'இல்லை நிகில். நாளைக்கு நாளைக்கு.'

'நாளைக்கு நான் அமெரிக்கா போறேன்.'

'ஆல்ரைட். ஒரே ஒரு முறை அதும் கன்னத்தில்தான்!'

அவளைக் கன்னத்தில் முத்தமிட்டு அப்படியே அவசரமாகக் கையை என்ன என்னமோ தைரியத்தில் நாலாபக்கங்களிலும் செலுத்தும்போது 'டக் டக்' என்று ஜன்னலில் சப்தம் கேட்க, நித்யாவின் தங்கை 'இஸ் இட் ஓவர்? எல்லாரும் கூப்பிட றாங்க' என்றாள்.

2

நிகில் சபைக்குள் வந்ததும் கை தட்டினார்கள். பாண்டு வாத்தியக்காரர்கள் 'பப்பரபே' என்று ஒலித்து 'ஹி இஸ் எ ஜாலி குட் ஃபெலோ' வாசிக்க, 'என்ன பெரியப்பா, ஏதாவது ஸ்பீச் கொடுக்கணுமா?'

அவரவர் வந்து நிகில் தலையில் தட்ட, சிவானந்தம் 'என்ன யுன்னிவர்ஸிட்ரா போற ராஜா' என்று சிவாஜி கணேசன் பாணியில் கேட்டார்.

'ரட்ஜர்ஸ்.'

'போறதுக்குள்ள நித்யாவைக் கணக்குப் பண்ணிட்டுப் போயிரு' என்று சிரிக்க, பானுமதி இது கொஞ்சம்கூடப் பிடிக்காமல் 'நிகில், வந்து நந்துகூடப் பேசு' என்றாள்.

நிகில் நந்துவை அணைத்துக்கொள்ள, நந்து, 'அண்ணா, ப்ரொகிராம் எழுதிட்டேன்.'

'பாத்தியா, என் பேரன் நந்து இப்பவே கம்ப்யூட்டர் பண்றான்.'

'பேசிக் ப்ரொக்ராம் யார் வாணா எழுதுவாங்க' என்றான் தியாகு.

தியாகு, 'நந்துவை விசில் அடிக்கச் சொல்லுங்க பார்க்கலாம்?'

‘வந்திருக்கான் பார்றா சரியான வாரிசு. நந்துக்கு என்ன வயசு?’

‘ஒன்பதுகூட ஆகலை’ என்றாள் பானு. ‘இப்பவே பொயட்ரி எல்லாம் எழுதறான்.’

‘வளத்தி இல்லையே. பேச்சுகூட குழறுது.’

‘அதாம் என்னவோ தெரியலை. எத்தனையோ டானிக் கொடுத்துப் பார்க்கிறோம்.’

‘எல்லாம் மூளைக்குப் போயிருது. நந்து, வாட்ஸ் காபிடல் ஆஃப் நார்வே?’

‘நார்வேக்கு காப்பிடல் தெரிஞ்சா புத்திசாலித்தனமா’ என்றாள் விமலா.

அப்போது வாத்தியக்காரர்கள் ‘ஸ்ட்ரேஞ்சர்ஸ் இன் தி நைட்’ வாசிக்க ‘போர், எதாவது ‘ஹவா ஹவா’ வாசிங்க’ என்ற விமலா ‘ராப் பாடுவீங்களா அங்கிள்?’ என்று ஸக்ஸஃபோனரிடம் கேட்டாள். ‘இல்லை பேபி. நாங்கல்லாம் பழைய காலத்துப் பாட்டுக்காரங்க. ‘ஸ்மோக் கெட்ஸ் இன்யுர் ஐஸ்’ காலத்தவங்க.’ பத்து வயசு பதினோரு வயசுப் பெண்கள் இந்தச் சந்தர்ப்பத்துக் காக சாயங்காலம் வாங்கிய புதிய கவுன்களில் அருகருகே நின்று கொண்டு தூரப் பார்வை பார்த்துக்கொண்டு, முற்றுப்புள்ளி இல்லாமல் பேசிக்கொண்டிருந்தார்கள். அதைவிட அடுத்த சைஸ் பேரக்குழந்தைகள் ஐஸ்கிரீம் பட்டைகளை, பசுமாடு கன்றுக்குட்டியை நக்குவதுபோல் நக்கிக் கொண்டிருக்க, மற்ற குழந்தைகள் மற்ற குழந்தைகளைத் துரத்திக் கொண்டிருக்க, வெயிட்டர்கள் அங்கங்கே கோலா பானங்களுடனும் வறுத்த முந்திரிப் பருப்புடனும் உலவி வர, சிவானந்தம் தந்தையிடம் போய் ‘பெரியப்பா, கொஞ்சம் உங்களோட பேசணும்.’

‘ரங்கச்சாரி ரோடு பிராப்பர்ட்டிதானே?’

‘இல்லை, காம்யுகிராப்ல எக்ஸ்போர்ட் காண்டராக்டு எடுத்திருக் கேன். அதுக்கு முதலீடு தேவைப்படும். ஆபீஸ் வைக்கணும்.’

‘முதல்ல, வீட்ல ஏ ஃபாட்டிலேயே ஆபீஸ் வெச்சு பணம் வந்தபுறம். என்ன முகுந்தா, சொல்றே? முகுந்தன் சரின்னா சரி!’

‘பெரியப்பா, அண்ணன் வேணுன்னா குடுத்துருங்களேன். என்ன சிவா, ரெண்டு லட்சம் ஆகுமா?’

‘நாப்பது லட்சம். எந்தக் காலத்தில் இருக்கே நீ?’

‘பார்த்தியா.’

‘திங்க் லார்ஜ் பிரதர்.’

‘நாப்பது லட்சம் பில்டிங்ல செலவழிக்கிறது விவேகமில்லை’ என்றான் முகுந்த்.

‘இன்கம்டாக்ஸ்காரங்க ஏலத்துக்கு விடறாங்க. அயனான ப்ராப்பர்ட்டி. அட்டாச் பண்ண ப்ராப்பர்ட்டி.’

‘அது ஏதாவது லிட்டிகேஷன்ஸ் இருக்கும். நான் உன்னை நம்பி அத்தனை பெரிய இன்வெஸ்ட்மெண்ட் பண்ண முடியாது சிவா.’

சிவா அவரை முறைத்துப் பார்த்து, ‘எப்ப என்ன ஸ்கூல் பாய் மாதிரி ட்ரீட் பண்றதை விடுவீங்க பெரியப்பா?’

‘எப்ப நீ குடிக்கிறதை விடப்போறே? ஃபாமிலிலயே இல்லாத வளக்கம். மாலதி எங்கிட்ட என்ன சொல்லிச்சு தெரியுமா?’

சிவா சில செகண்டுகள் அவரையே எந்தவிதமான புத்ர பாசமும் இல்லாமல் பார்த்தான். அதற்குள் பேத்திகள் அவர்களைச் சூழ்ந்துகொண்டு விளையாட அழைத்துச்செல்ல, நித்யாவும் நிகிலும் எதிர் நாற்காலிகளில் உட்கார்ந்து கொண்டனர்.

‘லெட்டர் போடுவியா?’ என்றாள் கண்ணீரைத் துடைத்துக் கொண்டு.

‘நிச்சயம். தினம்.’

‘தினம் வேணாம். வாரம் ஒருமுறை போட்டா போதும்’ என்று அருகே நடுவில் நாற்காலி போட்டுக்கொண்டு விமலா உட்கார, ‘நீ இங்கிருந்து போறியா இல்லையா?’ நந்தகுமாரை புவனாவும் செந்திலும் சூழந்துகொண்டு வார்த்தை விளையாட்டுகள் விளையாடினார்கள்.

‘‘எஃப்ல’ ஆரம்பிச்சு ‘கே’ல முடியற நாலு எழுத்து வார்த்தை என்ன?’ என்றான் செந்தில். சிவாவின் பையன், ‘ஃபோர்க், ஃபோல்க், ஃப்ளாக்.’

'ஃப்ளாக்குன்னு வார்த்தை கிடையவே கிடையாது' என்றான் நிடேஷ்.

'எனக்கு இன்னொரு வார்த்தை தெரியும்' என்றான் செந்தில். புவனா 'என்ன?' என்றாள். 'சொல்லாதே. பெரியப்பா, செந்தில் கெட்ட வார்த்தை பேசறான்' என்றான்.

எல்லோரும் அசம்பிரதாயமாக இங்கே அங்கே நாற்காலிகள் போட்டுக்கொள்ள, சிவா மட்டும் எதிர்த்திசையில் சித்ராவுடன் பேசிக்கொண்டிருக்க, பெரியப்பா 'என் பிள்ளைகளே, பேரப் பிள்ளைகளே, பெண்களே, தாய்மார்களே, பேத்திகளே, இன் றைக்கு நம் குலத்தின் இளைய சமுதாயத்தின் சே, என்னடா தமிழு அழவைக்குது... நிக்கி ஊருக்குப் போறான். அதுக்காக எல்லாருக்கும் சந்தோஷம். அதுக்காக கூடிருக்கோம். நான் நிக்கி வயசு இருக்கறபோது...' 'பப்பாளி' என்று கோரஸாக அனை வரும் சொல்லிச் சிரிக்க, 'கலாட்டா பண்ணாதிங்கடா. நிஜமாவே எத்தனை கஷ்டப்பட்டிருக்கேன் தெரியுமா? சைக்கிள் ஓட்டியே எர்னியா வந்துருச்சி.'

'பெரியப்பா நிக்கிய பத்தி பேசுங்க.'

'நிக்கி கிட்ட வாடா' என்று, 'இவன் யாரைக் கல்யாணம் பண்ணிக்கப் போறான்?'

'நித்யாவை.'

'இன்னும் நிச்சயம் ஆகலை' என்றாள் விமலா. 'மகேஸ்வரி, உம் பொண்ணு என்ன ஆச்சு?' என்று பெரியப்பா கேட்க, 'அதான் பானுக்கா புடிகொடுத்தே பேசமாட்டாங்களே.'

'முதல்ல அவன் படிச்சுட்டு வரட்டும் என்ன?' என்றாள் பானு.

'நிக்கி, நீ யாரைக் கல்யாணம் பண்ணிக்கப்போறடா?'

'எல்லாரையும்.'

'அதாண்டா சரி. கிருஷ்ண பரமாத்மா மாதிரி.'

நிகிலும் நித்யாவும் ஒருவரை ஒருவர் வெட்கம்விட்டுப் பார்த்துக் கொண்டிருக்க, வாத்தியக்காரர்கள் மீண்டும் வாசிக்க ஆரம்பிக்க, 'ஏதாவது நல்ல கர்நாடக ராகமா வாசிக்கக்கூடாதா இவங்க' என்றார் பெரியப்பா.

'அந்தக் காலத்தில் சின்னிகிஷ்ணன் பாண்டு வாசிப்பாங்க. கிளாரினெட்டில் கரகரப்ரியா... இருக்கட்டும். ஒங்களையெல் லாம் குடும்பமா ஒண்ணு சேர்க்கறது ரொம்ப கடினமா போயிருச்சு இப்பல்லாம். அதால அகப்பட்ட சந்தர்ப்பத்தில் ஒண்ணு சொல்லணும். நம்ம குடும்பம் ஆஸ்டின் இல்லங்கறது தமிழ்நாடு பூரா தெரிஞ்சது. அப்பேற்பட்ட குடும்பம். 'ஆஸ்டின்' முத்திரையைப் பார்த்தாலே வாங்குவாங்க. க்வாலிட்டி அப்படி. நம்ம எல்லாருக்கும் ஏகாந்தரமா பணம் இருக்குது. ஒற்றுமை இல்லை. அது முக்கியம். குடும்பத்தைவிட்டு வெளியே கல் யாணம் பண்றது நம்ம வளக்கமில்லை. நான் உயிரோட இருக்கற வரை அது நடக்கவேண்டாம். எங்கப்பாரு கைநாட்டு போட்டவரு. இறுதிவரைக்கும் சொல்லிக்கிட்டே இருப்பாரு. கல்யாணம் கட்டினா தெரிஞ்ச பொண்ணுங்க, நம்மோட வளர்ந்த பொண்ணுங்க இவங்களை பண்ணுங்க. அதனால கோபதாபங்கள் மனஸ்தாபங்கள் எல்லாம் டெம்பரவரியாத்தான் இருக்கும். குடும்பத்தைப் பாதிக்காது. குழந்தைகளையும் பாதிக்காது.'

நிகில், 'நித்யா, யு வாண்ட் எ கோக்' என்றான்.

அவர்கள் இருவரும் எழுந்து போவதை சிவா பார்க்க, 'நிக்கி' என்று பானு அதட்ட, அவன் புன்னகையால் மழுப்பினான். 'நிக்கில், எங்க போற? வந்துரு. உனக்காக நான் ஒண்ணு கொண்டாந்திருக்கேன். இங்க பக்கத்தில் வா.'

பாண்டு வாத்தியங்கள் ஒலிக்க பெரியப்பா அவன் கையில் புதிய கடிகாரத்தைக் கட்டினார். 'அமாவாசை கூட காட்டும் டைட்டன் வாட்ச்.'

'நிக்கி உனக்கு' என்று அவரவர்கள் கொண்டு வந்திருந்த மலர்க் கொத்துகளைக் கொடுக்க, 'நந்து, நீ நிக்கிலுக்கு என்ன கொடுக்கப்போறே?' என்றபோது, நந்து முன்வந்து ஒரு கார்டைக் கொடுத்தான். அதில் அழகான படம் வரைந்திருந்தான். 'நிக்கியைப் போலவே வரஞ்சிருக்கான். கெட்டிக்காரன்.'

தாங்க்ஸ் என்று அவன் கன்னத்தில் உரச, நந்துவின் கண்களில் நீர் ததும்பியதை முகுந்தன் பார்த்துக்கொண்டிருந்தான். அசை வில்லாமல் நந்து ஒரு ரோஜா மலர்போல ஒரு கண்ணாடிக் கோப்பை போல அபத்திரமாக இருந்தான். உதடுகள் ஏறக்

குறைய வெண்மையாக. 'ஏன் இப்படி அனீமிக்கா இருக்கான்?' என்று டாக்டர் சுரேஷ் போன வெள்ளிக்கிழமை சொன்னது ஞாபகம் வந்தது. நந்துவின் பார்வையிலும் புன்னகையிலும் உலகின்மேல் ஒரு குற்றச்சாட்டு இருந்தது. பெரியப்பா நந்துவை மேசைமேல் நிற்கவைத்து 'இப்ப நந்து ஒரு பாட்டுப் பாடுவான், வாத்தியக்காரர்களே வாசிங்கடா.'

'பாட்டு இல்லை. நான் ஒரு 'போயம்' எழுதினேன். அதை அதை அதைச் சொல்வேன்' என்றான் நந்து.

எல்லாரும் சூழ்ந்து உட்கார, 'இது என்னோட போயம் இல்லை. 'லீ ஹண்ட்' எழுதினது. அதைத் தமிழ்ல மொழிபெயர்த்திருக் கேன்.' நந்து ஒருமுறை நித்யாவைப் பார்த்தான்.

ஜென்னி எனக்கு முத்தம் கொடுத்தா
நாற்காலியிலிருந்து துள்ளி எழுந்து வந்து
காலம்ங்கற திருடனே உன் லிஸ்ட்ல
இனிப்பான விஷயங்களைச் சேர்த்துப்பே இல்லை?
இதையும் சேர்த்துக்க...
நான் களைச்சுப் போய்ட்டேன்னு எழுதிக்க,
நான் வருத்தமா இருக்கேன்னு சொல்லிக்க,
பணமும் ஆரோக்கியமும் எனக்கில்லைன்னு வேணா சொல்லு,
ஆனா ஜென்னி எனக்கு முத்தம் கொடுத்தாங்கறதையும் சேர்த்துக்க.

அனைவரும் பலமாகக் கைதட்ட 'ஜென்னிக்கு பதிலா நித்யா' என்றான் நந்து. நித்யா அவனிடம் வந்து இரண்டு கன்னத்திலும் முத்தம் கொடுத்தாள்.

பானு முகுந்தனிடம் வந்து, 'என்னங்க, இந்த வயசில முத்தம் கித்தம்ங்கறான்?'

'சும்மாரு. முத்தத்தில் எத்தனையோ வகை இருக்கு.'

'எனக்கு என்னவோ பயமா இருக்குதுங்க' என்றாள்.

'என்ன?' என்று அவள் புஜத்தைத் தொட்டு அழுத்தினான்.

'இந்தப் புள்ளை இந்த வயசில தகாததெல்லாம் படிக்குது. எழுதுது.'

'எல்லாம் கடவுள் கொடுத்தது!'

அப்போதுதான் நந்து மேசை மேலிருந்து விழுந்தான். அவனை அதற்குள் பெரியப்பா தாங்கிப் பிடித்துச் சரியாக கவனிக்காமல் முத்தம் கொடுக்க, சந்தோஷ ஆரவாரமும் கூச்சலும் அதிகமாக, வாத்தியங்கள் உச்சகட்டம் பெற்றுத் துடிப்பான 'ராக்' இசையை ஒலிக்க, சிறுவர்கள் அதற்கு எந்தவிதமான விதிமுறையும் இல்லா மல் ஆட, நித்யா நிகிலை இங்கிருந்து கண்களால் தொட, சிவானந்தம் சித்ராவிடம் 'நாளைக்கு மறக்காம வந்துரு. மாலதி அக்கா உன்கூட பேசணும்னாங்க. என்ன?'

பானுதான் சரியாகக் கவனித்தாள். நந்து எழுந்திருக்கிறான். சிரிக்கிறான். பக்கத்தில் பிடித்துக்கொண்டு நாற்காலியில் உட் காரப் பிரயத்தனப்படுகிறான். முடியவில்லை. அவனைப் பெரியப்பா எடுத்து நாற்காலியில் உட்கார வைத்து அவரும் சிறுவர்களின் நடனத்தில் கலந்துகொள்ள, நந்து நாற்காலியில் உட்கார்வது கூட அனியற்கையாக இருக்கிறது. முதுகெலும் பில்லாத பட்சிபோலச் சரிகிறான். நிகிலும் நித்யாவும் சந்தர்ப்பக் குழப்பத்தைப் பயன்படுத்திக்கொண்டு மரத்தடியை விட்டு சற்றே இருட்டாக இருக்கும் பகுதிக்கு வந்து 'வரியா, வீட்டுக்குப் போயிரலாம். அங்க யாரும் இருக்க மாட்டாங்க இப்ப...'

'சரி'

ஆரவாரம் சட்டென்று நின்றது.

3

எல்லாரும் நந்துவைச் சூழ்ந்துகொண்டு 'என்ன ஆச்சு, என்ன ஆச்சு?' என்று பேருக்குப் பேர் கேட்க, பெரியப்பாதான் 'ஒண்ணுமில்லை. பையன் கொஞ்சம் வீக்னஸ்ஸா இருக்கான் போல இருக்கு. பானு நீ எப்படியும் வீட்டுக்குப் புறப்பட்டு போற. வழியில் நர்ஸிங் ஹோம்ல காட்டிட்டு போயிரு என்ன? எங்க உன் பிள்ளையாண்டான் நிகில்? நிகில் கிளம்பிட்டானா?'

நிகிலும் நித்யாவும் காரில் போவதை விமலா பார்த்தாள். அவள் கைகள் இறுகி ரத்தம் இழந்தன. 'அவங்க ரெண்டு பேரும் வீட்டுக்குப் போயிட்டாங்க.'

'எதுக்கு?'

'பூப்பறிக்க.'

'இந்த ராத்திரிலயா?' என்றாள் புவனா.

'சில பூ ராத்திரில பறிக்கலாம் இல்லை' என்றான் சிவானந்தம். சித்ராவைப் பார்த்து 'நைட் க்வின், அவன் போனாப் போகட்டும். நாம் சாப்பிடலாமில்லை அவன் பேரைச் சொல்லிக்கிட்டு? பண்ணது எல்லாம் வீணாப்போயிரும். பார்ட்டி ஆரம்பிச்ச வேளை சரியில்லை.'

வாத்தியக்காரர்கள் இந்திப் பாட்டு வாசிக்க முயற்சி செய்தார்கள். எல்லோரும் திண்பண்டங்களின் மேல்

படையெடுத்தார்கள். கால்பாகம் சாப்பிட்டுவிட்டு முக்கால் பாகம் மிச்சம் வைத்தார்கள்.

‘என்ன இருந்தாலும் நிகில் இந்த மாதிரி பார்ட்டியை விட்டுட்டுப் போனது நல்லா இல்லைங்க’ என்றாள் பானு. அவர்கள் இரு வரும் காரில் நந்துவை வைத்துக்கொண்டு டாக்டர் ரமேஷின் கிளினிக்குக்குப் போனார்கள்.

‘ஏகபோக உரிமை மாதிரி அவனை அந்தப் பெண்ணுக்கு எழுதி வெச்சாப்ல ராஜேஸ்வரி அக்கா பண்ணிட்டாங்க. அவங்க வீட்டைவிட்டு வர்றதே இல்லை. அங்கேயே பழி கிடக்கான். எனக்கு என்னவோ நித்யாவை அத்தனை பிடிக்கலைங்க, புவனாதான் அவனுக்குச் சரியான பொண்ணு.’

‘முதல்ல நந்துவைப் பார்க்கலாம். நந்து, எப்படிப்பா இருக்குது?’

‘எனக்கு ஒண்ணுமில்லையேப்பா.’

இளம் டியூட்டி டாக்டர் எகனாமிக் டைம்ஸில் ஸ்டாக் விவரங் களைப் பார்த்துக்கொண்டிருந்தார். ‘டாக்டர் ரமேஷைப் பார்க் கணும்’ என்றாள் பானு.

‘டாக்டர் ரமேஷ் ரெஸ்ட் எடுத்துக்கிட்டு இருக்கார். காலைல அவருக்கு ஆபரேஷன். என்ன ப்ராப்ளம் சொல்லுங்க?’

‘முகுந்தன் வந்திருக்கிறதா சொல்லுங்க, ஆஸ்டின் ஹவுஸி லிருந்து.’

‘என்ன அவுஸா இருந்தாலும் அவரை என்னால எழுப்ப முடி யாது. எழுப்பக்கூடாதுன்னு சொல்லியிருக்கார்.’ அதற்குள் அந்த நர்ஸ் ‘டாக்டர்’ என்று அழைத்து, அவரிடம் லேசாக, ‘அவங்க ரொம்ப பெரிய க்ளையண்டுங்க’ என்றாள்.

அந்த இளம் டாக்டர் இன்டர்காமின் பட்டன்களைத்தட்ட, டாக்டர் ரமேஷின் குரல் வெடித்தது. ‘எத்தனை தடவை சொல்லியிருக்கேன்... என்னை டிஸ்டர்ப் பண்ணாதிங்கன்னு.’

‘ஸாரி டாக்டர். மிஸ்டர் முகுந்தன்னு ஆஸ்டின் அவுஸிலிருந்து.’

‘ஓ முகுந்தனா! உடனே வர்றேன்.’

நிகிலும் நித்யாவும் வீட்டுக்கு வந்துவிட்டார்கள். வீட்டு விளக்கு கள் வாசல் விளக்கெல்லாம் போட்டு பளிச்சென்று கண்விழித்

திருந்தது. ஆஸ்டின் காலனி என்று சந்தை அடைத்துப் போட்டு ஒரு காம்பவுண்டில் எட்டு வீடுகள், ஒரு ஆப்செட் பிரஸ், ஆபீஸ் கெஸ்ட்அவுஸ் எல்லாம் தனிப்பட்டு இருந்தன. சென்ட்ரி கதவைத் திறந்தபோது நிகில், 'வேற யாரும் வந்துட்டாங் களாப்பா?' என்றான். 'இல்லீங்க. எல்லாம் பார்ட்டிக்குப் போயிருக்காங்க' என்றபோது நிகில் நித்யாவை அர்த்தத்துடன் பார்த்தான். நித்யா, 'நந்துவுக்கு என்னவா இருக்கும்?' என்றாள். 'அவன் எப்பவுமே வீக்தான். விட்டமின் மாத்திரையெல்லாம் சாப்புட்றான்னு நான் படிச்சு படிச்சுச் சொல்லியாச்சு. நித்யா, அவங்கல்லாம் வர இன்னும் அரைமணியாவது ஆகும்.'

'அதுவரைக்கும் பேசிட்டிருக்கலாம்.'

'டெலிபோன்ல நிறையப் பேசலாம். இதைவிட சந்தர்ப்பம் கிடைக்காது!'

'என்ன சந்தர்ப்பம்?'

'தெரியாத மாதிரி பேசறியே' என்று அவள் கைகளைப் பற்றி தன் அறைக்கு அழைத்துச் சென்றான். 'ஏன் கை சில்லுன்னு இருக்கு?'

'பயமா இருக்கு.'

'பயம் என்ன பயம்? உலகத்தில் நாம் பிறந்தது இதுக்காகத்தான். உலகமே இயங்கறது இதுக்காகத்தான். நான் என்ன பண்ணப்போறேன்? என்ன கொஞ்சம் அங்க இங்க டச் பண்ணப் போறேன். அவ்வளவுதான்!'

'அதோட நிற்காதுன்னு பயமா இருக்கு.'

'ஏன் இப்படி பயந்து சாவறே? உனக்கு இஷ்டமில்லைன்னா வேண்டாம்!'

'நந்து வந்து.'

'நந்துவுக்கு ஒண்ணுமில்லை. நீ கவலைப்படாதே. கல்யாணம் நிச்சயம் பண்ணப்புறம்தான் இந்த சலுகைகள்லாம் எடுத்துக் கலாம்ன்னு... ஃபெமினா எடிட்டர் மாதிரி பேசாதே. கமான் கிவ் மி எ கிஸ்.'

★

டாக்டர் ரமேஷ் மெதுவாக அவன் கைகளை ஆராய்ந்து 'கையால் மூக்கைத் தொடு பார்க்கலாம்.' நந்து இடது கையால் தொட்டான்.

'வலது கையால.'

வலது கையால் இடது கையைத் தூக்கி மூக்கைத் தொட்டான்.

'ஏன் இப்படிப் பண்றான்?' என்றாள் பானு.

'எங்கப்பா வலிக்கிறது?'

நந்து தன் விலாப் பக்கத்தைக் காட்டினான்.

'எழுந்து நட, பார்க்கலாம்.'

அவன் மேசையைப் பிடித்துக்கொண்டு நடந்தான். புதுசாக நடை பயிலும் குழந்தை போல.

'எப்பலேர்ந்து இந்த மாதிரி?'

'இன்னிக்குச் சாயங்காலம் பார்ட்டில பொத்துன்னு விழுந்துட்டான் டாக்டர். மேசை மேல நிக்க வெச்சு பாட்டு பாடச் சொன்னோம்.'

'சின்ன வயசிலேருந்தே கொஞ்சம் மற்ற குழந்தைகளைவிட வீக்கா இருக்கான் இல்லை?'

'ஆமாம்.'

'நான்கூட ஒருமுறை கவனிச்சிருக்கேன். அப்ப ஒரு டெஸ்ட்டு எடுக்க வரச்சொன்னேனே, வரலை?'

'டாக்டர், இஸ் இட் சீரியஸ்? இஸ் இட் போலியோ?'

'இல்லை, நாளைக்கு மஸில் டிஷ்யு எடுத்து பயாப்ஸிக்கு அனுப்பணும். காலைல அழைச்சுட்டு வாங்க.'

'டாக்டர் இஸ் இட் சீரியஸ்?'

'டெஸ்ட் பண்ணி தீர்மானிக்கலாம். ராத்திரி ஏதும் பண்ண முடியாது. பீடியாட்ரிஷியனையும் வரச்சொல்றேன். அவர், ரமணராவ்ன்னு எக்ஸ்பர்ட். ஒரு டெஸ்ட் எடுத்தா என்னன்னு தெரிஞ்சுக்கிட்டு தகுந்தாப்பல மருந்து கொடுக்கலாம் என்ன?'

‘இப்ப மருந்து வேண்டாங்கறிங்களா?’

‘பையன் நல்லா ரெஸ்ட் எடுக்கட்டும். வேணா கைகால்ல ஏதாவது தைலம் தடவி மஸாஜ் பண்ணுங்க. இதமா இருக்கும். அது போதும், கவலைப்படாதீங்க!’

நந்து மேசைமேல் இருந்த பேப்பரை மடித்து பறவை மாதிரி பண்ணிக் கொண்டிருக்க, ‘ப்ரைட் பாய், நிறைய படிப்பியாமே?’

‘பொயட்ரி எல்லாம் எழுதறான் இந்த வயசில.’

‘முதல் சன்தான் அமெரிக்கா போறான் இல்லை. பேரு?’

‘நிகில்.’

‘காலைல கட்டாயம் வந்துருங்க என்ன? போன் பண்றேன்.’

‘டாக்டர், இன்னும் அந்தக் கேள்விக்குப் பதில் சொல்லலை நீங்க.’

‘என்ன கேள்வி?’

‘இஸ் திஸ் சீரியஸ்? போலியோவா?’

‘இல்லம்மா, ஸிம்ப்டம்ஸ் பார்த்தா அப்படித் தோணலை. போன் க்ரோத் எல்லாம் சரியாத்தான் இருக்கு. மஸில் வீக்கா இருக்குது. நாளைக்கு கரெக்டா சொல்றேனே. ஆனா எதுவா இருந்தாலும் உங்ககிட்டருந்து மறைச்சு வெக்கமாட்டேன். ஆனா டெஸ்ட் எடுக்காம சொல்ல முடியாது என்ன?’

காரில் நந்துவை அணைத்துக்கொண்டு அவள் கண்ணீர் விட்டாள். ‘அப்பவே சொன்னேன். பையன் வளர்த்தி சரியில்லை. நடக்கறது சரியில்லைன்னு. நீங்க கவனிச்சாத்தானே. இருபத்து நாலு மணிநேரமும் பிஸினஸ் உங்களுக்கு. வீட்டில சுதா, வசந்தி, நிகில் யாருக்காவது அக்கறை இருக்கா?’

அவர்கள் வீட்டுக்கு வந்தபோது மாருதி கார் நின்று கொண்டு இருந்தது. ‘டிரைவர், ஆரன் அடிங்க’ என்றான் முகுந்தன்.

‘எதுக்கு ஆரன் அடிக்கிறீங்க. அவங்களை எழுப்பத்தானே?’

நிகில் சோபாவில் அவளை அலங்கோலமாகக் கலைத்திருந் தான். நித்யா சட்டென்று ‘அவங்க வந்துட்டாங்க’ என்று துள்ளி

யெழுந்தாள். தன் உடைகள் அனைத்தையும் சரியாகப் போட்டுக் கொள்ள நேரமில்லாமல் நிகில் ஒரு புத்தகத்தை எடுத்து வைத்துக்கொண்டு, 'கொஞ்சம் போன்கால் பண்ண வேண்டி யிருந்தது. நாளைக்கு அமெரிக்காவுக்கு போறதுக்குள்ள. அதனால நித்யாவும் நானும்' என்று அசடு வழிந்தான்.

'போன்கால் பண்ணுற அழகா இது? நித்தி, நீ செய்யறது நல்ல தில்லை!'

'நந்து எப்படி இருக்கான்?'

'நந்துக்கு என்னன்னு நாளைக்குத்தான் தீர்மானிக்கணும். நித்யா, நீ வீட்டுக்குப் போம்மா. சில குணங்களை இழக்கறது ரொம்ப சுலபம், ரொம்ப சுலபம். கொஞ்சம் பொறுமை வேணும் புரியுதா?'

நித்யா, 'நந்துவுக்கு சரியாச்சுதானே மாமி' என்றாள்.

நந்து சோபாவில் சுருண்டு படுத்திருக்க, 'நிகில், நீ பண்ணது உங்க அம்மாவுக்குப் பிடிக்கலை.'

'பட் டாட்! நான் என்ன பண்ணிட்டேன்னு?'

'நீ செய்தது நல்லதில்லை. உனக்கும் ஒரு மிருகத்துக்கும் வித்தி யாசம் இல்லாம போய்டுத்து! எல்லாத்திலயும் கொஞ்சம் கிரேஸ் நாசூக்கு.'

'ஸ்டாப் இட். நீங்க நினைக்கிற மாதிரி எதும் நடக்கலை.'

'நம்ப விரும்பறேன்.'

'காலைல நீதான் நந்துவைக் கூட்டிக்கிட்டு க்ளினிக்குப் போகணும்' என்றாள் பானு.

'காலைல எனக்கு ஸூட் தெச்சு வருது.'

'ஸூட் முக்கியமில்லை. நீ இப்ப அமெரிக்கா போறது முக்கிய மில்லை. நந்துவோட குணம்தான் முக்கியம்.'

'அதுக்கும் இதுக்கும் என்ன சம்பந்தம்?'

'நந்து உன் தம்பி. அதனால..'

ஆஸ்டின் இல்லம்

'அதனால...'

'அவன் உடல் நிலைமையைப் பற்றி கவலை இருக்கறப்ப, சந்தேகம் இருக்கறப்ப நீ...'

'நா அமெரிக்கா போறதை ரத்து பண்ணிட்டா சரியாப் போய்டுமா?'

அதற்குள் மற்றொரு கார் வந்து குதூகலமான உறவினர்களை இறைக்க, அவர்கள் தத்தம் சரிகை பட்டுப்புடைவைகள் கசங்கி அங்கங்கே சிதறினார்கள். பெரியப்பா முகுந்தனிடம் வந்து 'குழந்தையை டாக்டர்கிட்ட காட்னியா? காட்லிவர் ஆயில், வாட்டர்பரிஸ் ஏதாவது கொடுத்தா சரியாய்ரும்டா. என்ன சொன்னான் ரமேஷ்?'

'நாளைக்கு டெஸ்ட் எடுக்கணுமாம்.'

நிகில், 'பெரியப்பா. அதனால நான் அமெரிக்கா போகக் கூடாதாம். எனக்கு செமஸ்டர் போயிரும்.'

'யார் சொன்னா?'

'அம்மாதான்.'

'அபத்தம். அதுக்கும் இதுக்கும் என்ன சம்பந்தம்?'

'அதான் எனக்கும் புரியலை!'

'சரி சரி. எல்லாம் நாளைக்குத் தெளிவாயிரும். ஒண்ணும் இருக்காது. எதாவது டானிக் கொடுத்தா சரியாய்டும். போய்ப் படுங்க எல்லாரும்.'

'ராஜேஸ்வரி அக்கா, இன்னிக்கு உன் பொண்ணு நடந்துகிட்டது சரியில்லை. அவனை முன்னால கூட்டிவந்து ரெண்டு பேரும் போன் பண்றேன்னு வேற காரியங்கள் பண்ணது குடும்பத்துக்கு நல்லதில்லை.'

'உம் பையன் ஏன் கூப்பிட்டானாம். நல்லா இருக்குதே நீ சொல்றது. ஒரு கைல கைதட்ட முடியாது தெரியுமில்லை' என்று ராஜேஸ்வரி அக்கா முகம் சிவந்தாள்.

‘அது என்ன விவகாரமோ, கல்யாணம் ஆறதுக்கு முந்தி கொஞ்சம் கண்ட்ரோல்ல வெச்சுக்கறது நல்லது. என்னதான் சம்மதம் இருந்தாலும் விதின்னு ஒண்ணு இருக்குது பாரு-’

‘பாரும்மா, நாங்க ஒண்ணும் ஒம் பையனை இழுத்துப்போட்டு வச்சுக்கலை. அவன்தான் எங்க வீட்டிலேயே பழி கிடக்கான்.’

பெரியப்பா திடீர் என்று இரைச்சலான குரலில் ‘போதும். நிறுத் துங்க!’ என்று அதட்ட, அத்தனை பேரும் மௌனமானார்கள்.

4

காலை முகுந்தனை பானு உலுக்கி எழுப்ப, கண் விழித்தபோது அவள் குளித்து அருகில் நந்துவை வைத்துக்கொண்டு அவனுக்குக் குளிப்பாட்டி நெற்றியில் விபூதி தீற்றி அணைத்துக்கொண்டு நின்றாள். 'என்னங்க, இப்படிக் கவலையில்லாம தூங்கறீங்க?'

'இப்ப என்ன?'

'டாக்டர் வீட்டுக்குப் போக வேண்டாமா? இப்படி யாரும் பொறுப்பெடுத்துக்காம மேம்போக்கா இருந்தாக்க எப்படி?'

முகுந்தன் கனவுத்தீற்றலிலிருந்து இன்னும் குழப்பத்தில் இருந்தான். அவன் கண்ட கனவில் பெரிசு பெரிசாக கர்டர்கள் இறக்கப்பட்டு அதில் ஒரு தொழிலாளி சிக்கிக்கொள்ள, இடுப்புவரை மாட்டிக்கொண்ட அவனை பெரிய கிரேன் வராமல் எடுக்க முடியாது என்று, பெரிய கிரேன் ஏனோ பம்பாயிலிருந்து வர வேண்டியிருந்தது. அந்தத் தொழிலாளி தான்தான் என உணர்ந்தபோது திடுக்கிட்டுக் கண்விழித்தான். கண்களைக் கசக்கிக்கொண்டு, 'டாக்டருக்கு போன் பண்ணிருக்கியா?'

'இல்லை, அவரே போன் பண்ணினார். பீடியாட்ரிஷியனையும் வரச் சொல்லியிருக்காரு. ஒம்பது மணிக்குப் போகணுமாம்.'

முகுந்தன் கைக்கடிகாரத்தைப் பார்த்து, 'இரு, பத்து நிமிஷத்தில் வந்துர்றேன். நந்துக்கண்ணு எப்படியிருக்கே?'

'அதான் பாக்கறியே' என்றான். 'அமர் சித்ர கதா'வை ஆரம்பித்து அரை நிமிஷத்தில் இருபதாம் பக்கத்தில் இருந்தான். நிகில் எழுந்து பட்டாபட்டி பைஜாமாவில் வந்து 'அலோ நந்து, ஆர் யு ஓகே?' என்றான். 'எல்லாம் சரியாப் போய்டும்' என்று வாயில் டூத் பிரஷ் சொருகி பாத்ரூமுக்கு செல்ல 'நிகில், அப்பா போகணும்!'

'மாம், நான் கிளம்பணும். மாம், ஸூட் ட்ரையல் பார்த்து ஆல்ட்ரேஷன் கொடுக்கணும். சாயங்காலம் ஃப்ளைட்டு.'

'நிகில், இப்ப அமெரிக்கா போறது முக்கியமில்லை.'

'என்னப்பா சொல்றிங்க?'

'நந்துவுக்கு என்னன்னு தெரியணும்.'

'ஐ ஜஸ்ட் டோண்ட் அண்டர்ஸ்டாண்ட். அதுக்கும் இதுக்கும் என்ன கனெக்ஷன்?'

பானு சொன்னாள்: 'உனக்கு நாங்க ஏர்போர்ட்டு வந்து வழியனுப்பணுமா, வேண்டாமா?'

'ஏன்? எல்லாரும்தான் வரப்போறாங்க!'

'வழியனுப்பணுமா. இல்லையா?'

'அப்ஸர்டா பேசறிங்க!'

'நிகில், டோண்ட் பி ஸோ செல்ஃபிஷ்' என்றான் முகுந்தன். நிகில் தன் மார்பைத் தொட்டு 'செல்ஃபிஷா? நானா? சொல்றா நந்து. நான் செல்ஃபிஷா?'

'நீ செல்ஃபிஷ்' என்று சிரித்தான் நந்து.

'என்ன இவனுக்கு? நல்லாத்தானே இருக்கான்?'

'லெட்டஸ் ஹோப் ஸோ.'

டாக்டர் ரமேஷ் அவர்களுக்காகக் காத்திருந்தார்.

‘வாங்க வாங்க. என்ன இத்தனை நேரம்?’

‘இவரை எழுப்பிக் கிளம்பறதுக்குள்ள’ என்று பானு முகுந்தனைக் குற்றச்சாட்டுடன் பார்த்தாள்.

‘அலோ நந்து, எப்படி இருக்கே?’

‘ஃபைன், ஃபைன்... ஆல்ரைட், ஓகே... ஓகே.’

‘முகுந்தன் கொஞ்சம் வாங்க. டாக்டர் ரமணராவைச் சந்திக்கணும் நீங்க.’

‘டாக்டர் ரமணராவ் அடுத்த அறையில் காத்திருந்தார். நாற்பத்தைந்து வயசிருக்கலாம். விளிம்பில்லாத கண்ணாடி போட்டு, இருக்கிற மயிரைப் படிய வாரியிருந்தார். அவர் தோற்றத்தில் மிகுந்த தன்னம்பிக்கை மிளிர்ந்து நடுத்தெருவில் பார்த்தாலும் இவர் எதிலோ விற்பன்னர் என்று சொல்லலாம். முகுந்தனைக் கண்டதும் எழுந்து கைகுலுக்கினார்.

‘உக்காருங்க.’

‘பானு?’ என்று டாக்டர் ரமேஷைப் பார்த்தான் முகுந்தன்.

‘பானு, இப்ப வேண்டாம்’ என்றார் ரமேஷ்.

‘உங்க ஸன்னைப் பார்க்கறதுக்கு முன்னாடி சில கேள்விகள் கேட்கணும்னார் டாக்டர் ரமணராவ்.’

‘பையனுக்கு என்ன வயசு?’

‘ஒம்பது.’

‘அவன் குழந்தைல எந்த வயசில உக்காந்தான். எப்ப நடக்க ஆரம்பிச்சான்?’

‘எல்லாமே கொஞ்சம் ஸ்லோதாங்க. கொஞ்சம் லேட்டாதான் ஆரம்பிச்சாங்க. பானுவைக் கேட்டா கரெக்டா சொல்லுவா.’ ரமணராவ் ரமேஷிடம் பேசினார். ‘டூஷன் ஃபார்ம்தான் ரொம்ப காமன். ஆயிரத்தில் பாயின்ட் ஒன்ஃபோர் கேஸ் வருது. பையன் மாடிப்படி ஏர்றதில் சிரமப்பட்டுப் பார்த்திருக்கீங்களா?’

‘ம்... ஏறிடுவான்.’

'சின்ன வயசில நடக்க துவங்கறப்ப கொஞ்சம் சைடு வாங்கி நடந்தானா? 'வாட்லிங்'னு சொல்லுவாங்களே வாத்து மாதிரி. யோசிச்சுப் பார்த்தா இப்பகூட அப்படித்தான் நடக்கறான்.'

'டாக்டர் ஏதாவது சீரியஸா? போலியோவா?'

'இல்லைங்க, போலியோ இல்லை. நிச்சயம் போலியோ இல்லை. பையனைக் கூப்பிடுங்க!'

'மதர்?'

'அவங்களையும்தான்.'

நந்துவும் பானுவும் உள்ளே வந்தபோது ரமணராவ் அவனைப் பார்த்து, 'ஹலோ, உம் பேர் என்ன?'

'நந்தகுமார், உங்க பேரு?'

'என் பேர் ரமணராவ். நந்தகுமார், நான் உன்னை ஏதும் செய்யமாட்டேன்.'

'பரவாயில்லை' என்றான்.

'உக்காந்துக்க.' அவன் நாற்காலியில் உட்கார...

'தரைல உக்காரு?'

நந்து உட்கார்ந்தான்.

'படுத்துக்க.'

'தரையிலையா?' என்றான். அம்மாவைப் பார்த்துச் சிரித்தான்.

'ஆமாம்.'

டாக்டர் அவனைக் குப்புறப் படுக்க வைத்தார்.

'எழுந்திரு.'

முகுந்தன் அந்த வினோதத்தை முதன் முதலில் கவனித்தான்.

நந்து முதலில் உருண்டு முழந்தாள் மண்டியிட்டுக் கால்களால், முழங்காலுக்குக் கீழ் கை முட்டுக்கொடுத்து, தொடைமேல் கை முட்டுக்கொடுத்து ஒரு மாதிரி எழுந்தான்.

‘இப்படித்தான் எப்பவும் செய்வானாம்மா?’

‘தரையிலேயே படுத்ததில்லைங்க பிறந்ததிலிருந்து.’

‘ரமேஷ் பார்த்திங்களா! திஸ் இஸ் டிபிக்கல் கோவர்ஸ் ஸிம்ப்டம்.’

‘நந்து பெஞ்சு மேல உக்காரு’ என்று சொல்ல, ரமணராவ் அவனை உட்கார வைத்து கஷ்கத்தில் கைகளைக் கொடுத்து தூக்க முயன்றார், நந்து நழுவினான்.

‘இதுக்கு ‘சந்திரலேகா ஸிம்ப்டம்’னு நான் பெயர் வெச்சிருக்கேன். சந்திரலேகாவில் ராஜகுமாரி இந்த மாதிரிதான் நழுவுவா! நந்து கையைத் தலைக்கு மேல தூக்கு.’

நந்துவால் ஒரு உயரத்துக்கு மேல் தூக்க முடியவில்லை. ‘என்ன ஸார், இதையெல்லாம் கவனிச்சதே இல்லையா நீங்க?’ என்றார்.

‘அவருக்கு எங்கங்க நேரமிருக்கு? பிஸினஸ் பிஸினஸ்தான்!’

‘நீங்க கவனிச்சிருக்கலாமே.’

‘கவனிச்சேன். பிள்ளை வளத்தி சரியா இல்லைன்னு தினமும் சொல்லிகிட்டேதான் இருக்கேன். இவர் கவனிக்கலையே. ஆஸ்டின் பெரியப்பாவானா ‘காட்லிவர் ஆயில் கொடு, வாட்டர்பரிஸ் கொடு’ இது ரெண்டுதான் சொல்வார். டாக்டர், இவனுக்கு என்ன? எதும் சீரியஸ் இல்லைதானே?’

‘சொல்றேன். அதுக்குள்ள ரெண்டு மூணு பரீட்சை பண்ணணும். ரமேஷ், மாடிப்படி ஏறச் சொல்லுங்க, டோ வாக்கிங் பண்ணுவானா பாத்திருக்கிங்களா?’

‘பண்ணுவாங்க.’ ரமணராவ் ரமேஷைப் பார்த்து ‘காஃப் மஸில்ஸ்ல ஸைப்பர்ட்ராஃபி இருக்கும். ப்ராக்கியோ ரேடியல்ஸ் நாக்கு எல்லாம் பாத்துருங்க.’

‘டாக்டர், இவனுக்கு என்ன?’ என்றாள். கண்களில் நீர் உதிர்ந்தது.

‘ஏம்மா அழறே. எனக்கு ஒண்ணுமில்லை’ என்றான் நந்து. அவன் தலையைத் தன் மேல் வைத்துக்கொண்டு ‘ஆமாண்டா கண்ணு, உனக்கு ஒண்ணுமில்லைதான். ஒண்ணுமில்லை’ என்றாள். ‘ஏம்மா, உங்க ஃபாமிலில யாருக்காவது, உங்க அண்ணா தம்பிங்க யாருக்காவது...’

'நான் ஒரே பொண்ணுங்க' என்றாள்... 'ரமேஷ் ஒரு ஐக்யு டெஸ்ட் எடுத்துரச் சொல்லுங்க அம்பிகாவை. கிளாஸ்ல எப்படி நல்லா படிக்கிறானா?'

'பரவாயில்லை.'

'எத்தானவது ராங்க்?'

'சிலது வேகமா படிச்சுருவான். மாத்தமாட்டிக்ஸ் எல்லாம் கொஞ்சம் மெல்லத்தான். பொயட்ரி எழுதுவான்.'

'படிப்பேன்' என்றான்.

'இந்த டோ வாக்கிங் எல்லாம் பார்த்து முதல்ல ஸெரிபரல் பால்ஸின்னு நினைக்கத் தோணும். ப்ளட் ஸாம்பிள் எடுத்துருங்க. ஸீரம் என்ஸைம் லெவல் தெரியணும். எலக்ட்ரோ மையோக்ரஃபி இருக்குதா உங்க கிளினிக்கில்.'

'இருக்கு டாக்டர்.'

'எல்லாம் வெச்சிருக்கிங்க போலிருக்கே. அப்புறம் மஸில் ஸாம்பிள் எடுத்து பயாப்ஸி பண்ணிருங்க. பளிங்கு மாதிரி தெரிஞ்சிரும். ஸீரம் ஸிபிகே லெவல் பார்த்துருங்க போதும், ஒடனே தெரிஞ்சிரும்.'

முகுந்தனுக்கு கண்ணைக்கட்டி அண்ணாசாலையில் விட்டது போல இருந்தது. அவர்கள் இருவரும் சுவாரஸ்யமாகப் பேசிக் கொண்டதில் மனிதாபிமானமோ, இரக்கமோ, கருணையோ இல்லாமல், ஒரு பரிசோதனைப் பொருளைப் போல நந்துவைப் பற்றிப் பேசினார்கள். அவர்கள் பேச்சில் லத்தீன் வார்த்தைகள் இருந்து அர்த்தம் கண்ணாமூச்சி காட்டியது. அடிக்கடி நந்துவைப் பார்த்து கையைக் காலைப் பிடித்து விரல்களை ஆராய்ந்தார்கள்.

'என்னங்க, எனக்கு வயத்தைப் பிசையுதுங்க.'

'கொஞ்சம் பொறுமையா இரு பானு.'

கடைசியில் ரமேஷ், 'மிஸ்டர் முகுந்தன், இப்ப ஒண்ணு ரெண்டு சின்ன பரிசோதனைகள் பண்ணப் போறோம். லாப் டெஸ்ட் மாதிரி.'

'ஊசியா?' என்றான் நந்து. அழுவதற்கு ஆயுத்தம் பண்ணிக் கொண்டு.

'இல்லைப்பா வலிக்காது.'

'அம்மா, வேணாமே... நாளைக்கு வெச்சுக்கலாமே. இன்னிக்கு க்ளாஸ் டெஸ்ட்டு.'

பானு அவனைத் தட்டி 'நந்து, நீ பெரியவனாயிட்டல்ல? இதுக் கெல்லாம் போய் அழுவியா?'

'புவனா அழுதிச்சே ஒரு முறை.'

'புவனா பொம்பளை. நீ ஆம்பளை!'

'வேண்டாமே' என்றான் நந்து. இப்போது முழுசாக அழ ஆரம்பித்தான்.

அப்போது ஒரு நர்ஸ் வந்து, நந்துவை, 'எதுக்கு கரையனாம்?' என்று அழைத்துக்கொண்டு சென்றாள்.

'பானு, நீயும் போ, இல்லைன்னா ரொம்ப அழுவான்' என்றான் முகுந்தன்.

பானு அவர்களுடன் செல்ல, டாக்டர் ரமேஷ் முகுந்தனைப் பார்த்த போது முகத்தில் சிரிப்பு இல்லை.

'டாக்டர், என்ன டெஸ்ட்?'

'எலக்ட்ரோ மையோகிரஃபின்னுட்டு மோட்டார் யூனிட் பொட்டன்ஷியல்னு மெஷர்மெண்ட் இருக்குது. அப்புறம் ரத்தத்தில் ஸிபிகேன்னு ஒரு வஸ்து. கிரியேட்டின் பாஸ்போ கினேஸ்ன்னுட்டு. அதனுடைய லெவல் பார்க்கணும்.'

'டாக்டர், இவனுக்கு என்ன வியாதின்னு சொல்லமாட்டிங்களா?'

டாக்டர் ரமணராவ் பிளாஸ்க்கிலிருந்து காப்பி ஊற்றி மூவருக்கும் கொடுத்தார். நிதானமாக அழுத்தமாகப் பேசினார். 'பையனுக்கு மஸில் தசை நார்கள் வீணாயிட்டு இருக்கு. மஸ்குலர் டிஸ்ட்ராஃபின்னு சஸ்பெக்ட் பண்றோம். டெஸ்ட்ல தெரிஞ்சுரும்.'

'அதுக்கு... அதுக்கு குணம் இருக்குதானே?' என்றான் முகுந்தன் மெல்லிய குரலில்.

ரமேஷும் ரமணராவும் ஒருவரை ஒருவர் பார்த்துக்கொள்ள 'சொல்றோம்' என்றார்.

அடுத்த அறையில் நந்துவின் அலறல் கேட்டது.

'பயாப்ஸிக்கு லோக்கல் அனாஸ்திஸியா கொடுக்கச் சொல்லேன் ரமேஷ்.'

முகுந்தனுக்கு அப்போதுதான் தீவிரம் புலப்பட்டது. ஸம்திங் ராங். அறையை விட்டு வெளியே வந்து ஆஸ்டின் பெரியப்பா வுக்கு போன் செய்தான்.

நிகில்தான் எடுத்தான்.

'நிகில், பெரியப்பாவைக் கூப்பிடு, நான் அப்பா பேசறேன்.'

'டாட்! ஸூட் அற்புதமா வந்திருக்கு. பர்ஃபக்ட் ஃபிட்! மத் யானம் ரெண்டு மணிக்கு...'

'நிகில், அங்க என்ன வளையல் சத்தம்? கூட யாரு?'

'நித்யா, எனக்கு பாக்கிங் பண்ண ஹெல்ப் பண்ண வந்திருக்கா...'

நித்யா போனில் 'முகுந்த் மாமா, நந்துவுக்கு எப்படி இருக்கு?'

'நித்யா, நீ வீட்டுக்குப் போ. பாக் பண்றதெல்லாம் பானுக்கா வந்து செய்வாங்க! நிகில் கிட்ட போன் கொடு...' நிகிலிடம் போன் மறுபடி கொடுக்கப்பட...

'ஏண்டா, உனக்கு மண்டைல மூளை இருக்கா! தம்பிக்கு உடம்பு சரியில்லைனு தவிச்சிட்டிருக்கோம். இந்த வேளைலகூட அவளைக்கூட்டி வெச்சிக்கிட்டு கும்மாளம் போடலாமா? ஏண்டா...'

'டாட், நான் கும்மாளம் போடலை. அவ எனக்கு ஹெல்ப் பண்ணிக்கிட்டு இருக்கா!'

'ஹெல்ப்! எனக்குத் தெரியும். அவ என்ன ஹெல்ப் பண்ணு வான்னு! பாண்ட்டை கழட்டறதுக்கு!'

மறுமுனை மௌனமாகியது.

5

முகுந்தனுக்கு எல்லை மீறி விட்டோமோ என்று அப்போது தோன்றியது. தன் மேல் ரொம்பக் கோபம் வந்தது. நிகில் கோணத்திலிருந்து பார்த்தால், அவனுக்கு நந்துவின் பிரச்னை அமெரிக்கா போவதற்கு தடையாக வந்திருக்கிற ஒன்று. இதனால் அவன் வெளிநாடு செல்லும் சந்தர்ப்பம் கலைக்கப்படலாம் என்கிற பரபரப்பு அதிகமாகுமே தவிர, சகோதரப்பாசம் முன்நிற்காது. எல்லோரும் சுயநலக்காரர்கள்தான். சுயநலத்தின் எல்லைதான் வேறுபடுகிறது.

பெரியப்பா அதற்குள் ரிஸீவரைப் போனில் வந்து பிடுங்கிக்கொண்டு, 'என்னடா முகுந்தா, ஏன் ரெண்டு பேரும் அழறாங்க? என்ன திட்டினே குழந்தைகள?'

'இல்லை பெரியப்பா. நந்துவுக்கு கவலை தரும்படியா இருக்குது. இந்தச் சமயத்தில் வீட்டில் தனியா விஷமம் பண்ணிக்கிட்டு இருக்காங்க.'

'நந்துவுக்கு என்னன்னு சொன்னார்?'

'மஸ்குலர் என்னவோ சொல்றார் டாக்டர். டெஸ்ட் எடுக்கணுமாம். தசைநார்கள்லாம் வீக்கா இருக்காம்.'

'இதைச் சொல்ல டாக்டர் வேணுமா? முகுந்தா, நீ கவலைப்படாதே! கோட்டக்கல் பிழிச்சல் வைத்தியம். அதை ஒரு மண்டலம் எடுத்துக்கிட்டா போதும்.'

‘இல்லை பெரியப்பா, இதைப் பார்த்தா சீரியஸ் போல இருக்கு.’

‘எந்த டாக்டர் சொன்னான். ரமேஷா?’

‘இல்லை ரமணராவ்னு சைல்டு ஸ்பெஷலிஸ்ட்டு.’

‘அவங்ககிட்டலல்லாம் எதுக்குப் போறே நீ? பாரு இதைப் பெரிசு படுத்தாதே. நான் பிள்ளை பேரில ஒரு லட்சார்ச்சனைக்குச் சொல்லி வெச்சிருக்கேன் பெருமாள் கோயில்ல. காட்லிவர் ஆயிலும் வாட்டர்பரிஸும் நான் சொல்றமாதிரி கொடுத்திருந்தா இந்தச் சிக்கல் வந்திருக்காது.’

முகுந்தன் விரக்தியுடன் போனை வைத்தபோது பானு, ‘என்ன சொன்னாரு, வராரா? வரமாட்டாரா.’

‘ஒண்ணுமில்லை. எல்லாம் சரியாப் போய்டும்னு சொல்றாரு.’

‘அப்படித்தான் நானும் நினைக்கிறேன். பிள்ளைக்கு ஊட்டம் போதாது. சிக்கன் சூப்பு அல்லது புஷ்டியான ஆகாரம் கொடுத்தா சரியாயிடும். இந்த மாதிரி ஸ்பெஷலிஸ்டுங்கல்லாம் பணம் பிடுங்குவாங்க.’

நந்து பொருட்படுத்தாமல் ‘அமர் சித்ர கதா’ படித்துக்கொண்டு இருந்தான்.

காரில் ஏறும்போது நந்து பிடித்துக்கொண்டு தடுமாறுவது அனியற்கையாக இருந்தது.

‘இப்படியா எப்பவும் கார்ல ஏறுவான்?’

‘ஆமாம், நீங்க எப்பவாவது கவனிச்சிருந்தாத்தானே.’

‘டாக்டர் நாளைக்கு ரிப்போர்ட் கொடுக்கறேன்னிருக்காரு..’

‘நல்லபடியா வந்தா சரி’ என்றாள்.

நந்து முன்ஸீட்டில் முதுகைச் சரித்து உட்கார்ந்திருந்தான்.

‘சரியா உக்காரு நந்து’ என்று முகுந்தன் அதட்ட,

‘பிள்ளையை அதட்டாதீங்க. ஏற்கெனவே களைச்சிருக்கான்’ என்றாள் பானு.

ஆஸ்டின் காலனியில் மொத்தம் ஐந்து வீடுகள். பழைய வீடு பெரியப்பாவுடையது. அதில் பெரியப்பாவுடன் முகுந்தன், பானு, நிகில், சுதா, வசந்தி, நந்து ஆகியோர் வசித்தார்கள். அருகில் இருந்த வரிசையான ஒரே மாதிரி இரு வீடுகளில் ராஜேஸ்வரியும் மகேஸ்வரியும் இருக்க, சிவானந்தம் மட்டும் தனியான, கொஞ்சம் நவீனமான கட்டடத்தில் தன் மனைவி மாலதியுடன் வாழ்ந்தான். சிவானந்தம் வீட்டுக்கு மட்டும் காம்பவுண்டு திறந்து அந்தப் பக்கம் வழி பண்ணியிருந்தால் அந்த வீட்டுக்கு வருவோர், போவோரை பெரியப்பா தன் வீட்டில் இருந்து கவனிக்க முடியாது. அவுட்ஹவுஸில் சித்ரா, புவனா இருவரும் பரீட்சைக்குப் படிப்பதற்காக வசித்தார்கள்.

நிகில், ராஜேஸ்வரி அத்தை வீட்டுக்கு நித்யாவைப் பார்க்கப் போனபோது ராஜேஸ்வரி 'ஏண்டாப்பா நிகில், உங்கம்மா பர்மிசன் கொடுத்தாங்களா நித்யாவைப் பார்க்க? நேத்து என்னவோ ரொம்ப அவளை வெச்சு உன்னை சொக்குப்பொடி போட்டு மயக்கற மாதிரில்ல பேசினா.'

'அம்மா கிடக்கா அத்தை! நித்யா எங்கே?'

'கோவமா இருக்கா, ரூம்ல கதவைச் சாத்திக்கிட்டு இருக்கா.'

'நான் இன்னிக்கு அமெரிக்கா போகப்போறேன்.'

'இல்லைன்னு பேச்சு வந்ததே. யாரோ சொன்னாங்க. நந்துவுக்கு உடம்பு சரியில்லாததனால ஒத்தி போடப்போறதா பேச்சு வந்தது?'

'யார் சொன்னது?'

'பேசிக்கிட்டாங்கப்பா. பாரு, எனக்கென்னவோ நீ கல்யாணம் பண்ணிக்கிட்டு போகலாம்னுதான் தோணுது. நானும் என்னவோ அண்ணன் பிள்ளைன்னுட்டு நெறையவே சுதந்தரம் கொடுத்துட்டேன். கொஞ்சம் அதிகப்படியா கொடுத்துட்டமோன்னு இப்ப அச்சமா இருக்குதுப்பா. பாரு, நீ பாட்டுக்கு அமெரிக்கா போய்ட்டு, நீ நித்திய கல்யாணம் பண்ணிக்காம...'

'என்ன அத்தை இப்படிப் பேசறீங்க. நான் அப்படி செய்வனா? நித்யா எத்தனை நாளா பழக்கம்?'

‘பானு அக்கா பேசறதைப் பார்த்தா வேற ஏற்பாடு பண்ணிக்கு வாங்க போலிருக்கு.’

‘கல்யாணம் செய்துக்கப் போறது நான்தானே.’

அப்போது வேலைக்காரன் வந்து, ‘அம்மா கூட்டி வரச்சொன் னாங்க.’

‘போ, போய் பர்மிசன் கேட்டுக்கிட்டு வா!’

‘என்னங்கத்தை, போற சமயத்தில ரொம்ப மனசைப் புண்படுத் தறிங்க’ என்று நிகில் புறப்பட்டான்.

நந்து, அவன் வந்ததும் தன் கையில் ரத்தம் எடுக்க குத்தியிருந்த இடத்தில் சிவப்பைப் பெருமையுடன் காட்டினான்.

நிகில் அதைக் கவனிக்காமல் தந்தையிடம் போய் ‘நந்துவுக்கு எல்லாம் சரியாய்டுச்சில்லை?’

‘இல்லைப்பா, ரெண்டு மூணு டெஸ்ட் எடுத்திருக்காங்க. நாளைக்குத்தான் தெரியும்.’

‘எனக்கு இன்னி ராத்திரி பிளேனு போலாமில்லை?’

முகுந்தன் பானுவைப் பார்க்க, பானு ‘எங்கே போயிட்டு வரே?’ என்றாள்.

‘நித்யாவைப் பார்க்க’ என்றான் நெற்றியைச் சுருக்கிக்கொண்டு.

‘நித்யா நித்யா நித்யா… எப்பவும் அவதானா ஒனக்கு? அப்பா, அம்மா முக்கியமில்லை? தம்பி முக்கியமில்லை? தம்பி சோம்பி விழுந்தது முக்கியமில்லை? அந்த ராங்கிக்கார பொண்ணுதானா முக்கியம்?’

‘ஏம்மா, வேற ஏதோ கோபத்தை எங்கிட்ட காட்டறிங்க. நான் தினப்படி பார்க்கறா மாதிரிதான் நித்யாவைப் பார்க்க போனேன். ஸ்பெஷலா ஏதும் இல்லை.’

‘பாருங்க. எனக்குக் கல்யாணத்துல இஷ்டம் இல்லை. சொல் லிட்டேன்’ என்றாள் பானு. அப்போது அந்தப் பக்கம் வந்த நித்யா அதைக் கேட்டுக்கொண்டே வந்தாள். மௌனமாக நிகிலிடம் காஸட் கொடுத்துவிட்டுச் சென்றாள். அவள் செல்லும் வரை மௌனம் நிலவியது.

'ஐயோ, கல்யாணத்தைப் பத்தி யாரு பேசினா பானு?'

பெரியப்பா சாப்பிட்டு படுத்திருந்தார். சப்தம் கேட்டு எழுந்து, 'கொஞ்ச நேரமாவது கிழவனைத் தூங்க விடமாட்டியா? டாக்டர் என்ன சொன்னான்?'

'நாளைக்குத்தான் விவரம் தெரியும் பெரியப்பா.'

'எல்லாம் நல்ல சேதிதான். இப்ப இதுக்காக நிகில் அமெரிக்கா போறதை நிறுத்த வேண்டாம் என்ன? அவன் போகட்டும். வீட்டில ஏராளமான ஆளுங்க இருக்காங்க. வசதிக்கும் எல்லா காரியங் களுக்கும். அதனால் அவன் மனசைப் போட்டு உடைக்காதே. நித்யாவை அவன் கல்யாணம் கட்டிக்கப் போறான்னு இதுநாள் வரை பேசிட்டிருந்துட்டு இப்ப என்ன மனமாற்றம்?'

'இல்லை பெரியப்பா, பொறுப்பில்லாத பொண்ணா இருக்கே. எப்படி எனக்கு மருமகளா ஏத்துக்கறதுன்னு.'

'எல்லா பொறுப்பும் தானா வந்துரும். நீ போடா.'

'சூட்டு பார்க்கலையா அம்மா' என்றான் நிகில்.

நந்து, 'நிகில், உன் சூட் தெச்சு வந்துருச்சா? போட்டுக்காட்டு? ' என்றான்.

நிகில் நந்துவைத் தூக்கிக்கொண்டு உள்ளே சென்றான்.

பெரியப்பா, 'எதுக்காக பெரிய டாக்டரண்ட போனே?'

'ரமேஷ்தான் வரவழைச்சிருந்தாரப்பா.'

'பையனுடைய ஜாதகத்தை எடுத்து வை. கடலங்குடி ஜோஸ் யர்ட்ட காட்டினா பளிங்கு மாதிரி சொல்லிருவாரு.'

நிகில் தன் அறைக்குள் நந்துவை அழைத்துச் சென்றான்.

கண்ணாடிக்குமுன் வெய்ட்ஸ் டம்பெல்ஸ் எல்லாம் வைத்திருந் தது. மைக்கல் ஜாக்ஸன் போஸ்டர் பெரிசாக சுவரில் ஒட்டியிருந் தது. பீரோ நிறைய துணிகளாக வழிந்திருக்க, படுக்கையில் அரைகுறையாகப் பெட்டி நிரம்பியிருந்தது.

நிகில் சூட் போட்டுக்கொண்டு, கண்ணாடியில் திரும்பித் திரும்பிப் பார்த்துக் கொண்டிருந்தவனை கவனித்த நந்து 'நல்லால்லை ' என்றான்.

'நான் போனப்புறம் உனக்குத்தான் நந்து இந்த ரூம்.' அலமாரிப் புத்தகங்களில் ஒன்றை எடுத்தான். Thy neighbours wife.

'இதெல்லாம் நீ படிக்கக்கூடாது.'

'பொயட்ரி இருக்கா?'

'அதெல்லாம் நான் படிக்கிறதில்லை. நந்து உனக்கு ஒண்ணு மில்லைதானே?'

'நாளைக்குத்தான் தெரியும்.'

'என்னவாம் இது?'

'மஸ்குலர் டிஸ்ட்ராஃபின்னு ஏதோ சொன்னா.'

'அமெரிக்காவிலிருந்து மருந்து வாங்கி அனுப்பறேன். கவலைப் படாதே.'

படுக்கையில் உட்கார்ந்திருந்த நந்து வெற்றுப் பார்வை பார்ப்பதைக் கவனித்து 'கமான், சியர் அப் யங் ஃபெலோ!' என்று அவனைக் கட்டிப் பிடித்து அழுத்தினான்.

★

சிவானந்தம் அவுட்ஹவுஸ் போய் புவனாவையும் சித்ராவையும் விசாரித்தான். 'என்னம்மா, எப்படிப் படிப்பெல்லாம்?'

'நல்லா படிக்கறோம் மாமா' என்றாள்.

'நான் கொடுத்த புக்ஸெல்லாம் உபயோகமா இருக்குதா சித்ரா?' என்றான் சிவானந்தம்.

சித்ரா அவனை அதட்டலாகப் பார்த்தாள்.

புவனா, 'என்ன புஸ்தகம்?' என்றாள்.

'டெக்ஸ்ட் புக்ஸ். சித்ரா, நாளைக்கு மாலதி அக்கா கொச்சின் போவுது. ரெண்டு பேரும் அங்க வந்து படிங்க!'

'ஹய்யா! வீடியோ பார்க்கலாம். எம்.டி.வி. பார்க்கலாம்.'

சித்ரா, 'வேண்டாம். நாங்க வரலை மாமு. இங்கேயே இருக்கோம்' என்றாள்.

‘நீ வராம போவியா பார்க்கலாம்’ என்று அதட்டிவிட்டு சிவானந்தம் சென்றான்.

மாலதி சன்னல் வழியாக சிவானந்தம் அவுட்ஹவுஸிலிருந்து வருவதைக் கவனித்தாள்.

சிவா வந்ததும் ‘மருமகளுங்களல்லாம் நல்லா படிக்குதான்னு விசாரிச்சிங்களா?’ என்றாள்.

‘ஆமாம், கடுமையா படிக்குதுங்க. நாளைக்கு ரெண்டு பேத்தையும் இங்க வந்து படிக்கச் சொல்லியிருக்கேன். நீ கொச்சிக்குப் போற இல்லை.’

‘நான் கொச்சிக்குப் போகலை’ என்றாள் மாலதி. தாட்டியாக, கன்னத்தின்கீழ் சதை தொங்கப்போட்டு, உடைகளை அங்கங்கே மீறிய தேகம். நல்ல சிவப்பு உடம்பு. நெற்றியில் அகலக் குங்குமம். வட்டமான அம்மன் முகம்.

‘நந்துவுக்கு உடம்பு சரியில்லை. பானுக்கா சொல்லிச்சு. அதனால இருந்து ஏதாவது உதவி செய்துட்டு அடுத்த வாரம் போகலாம்னு!’

‘ஸ்திர புத்தியே கிடையாது உனக்கு.’

‘ஏன் ஏமாற்றமா?’

‘என்ன சொல்றே நீ? புரியலை.’

‘புரிஞ்சிக்கிட்டே புரியலைன்னா எப்படி?’

சிவானந்தத்தின் கைகள் நடுங்குவதைக் கவனித்தாள். ‘போய் ஒரு பெக் அடிச்சிட்டு வந்துருங்க. அப்பதான் நிக்கும்’ என்றாள்.

★

மறுதினம் காலை பத்து மணிக்கு டாக்டர் ரமேஷ் முகுந்தனுக்கு போன் பண்ணினார்.

‘வாங்க, ரிப்போர்ட் வந்துருச்சு.’

‘என்ன ஆச்சு டாக்டர்?’

‘போன்ல சொல்லவேண்டாம். நீங்க மட்டும் வாங்க. சீக்கிரம்.’

'டாக்டர், ஏதாவது சீரியஸ்னா சொல்லிருங்க.'

'நீங்க வாங்களேன். போன்ல வேண்டாமே' என்றார்.

முகுந்தன் கெட்ட செய்திக்குத் தயாரானான்.

டாக்டர் ரமேஷைத் தேடிப்போனபோது அவர் பேஷண்டுகளைப் பார்த்துக்கொண்டிருந்தார். முகுந்தன் வந்திருப்பதை அறிந்து, உடனே வெளியே வந்து அவனை அழைத்துக்கொண்டு அடுத்த அறைக்குப்போய்க் கதவைச் சாத்திக்கொண்டார். அறையில் பல புத்தகங்களும் பேரேடு அட்டைகளும் சாம்பிள் மருந்துகளும் அடுக்கி இருந்தன. ரமேஷ் மேஜை விளிம்பில் உட்கார்ந்து, 'முகுந்தன், நந்துவுக்கு மஸ்குலர் டிஸ்ட்ராஃபி ஊர்ஜிதமாயிருச்சு டெஸ்ட்ல!'

'அதனால?'

'அந்தப் பையன் அதிக நாள் உயிரோட இருக்கமாட்டான்.'

6

முகுந்தன் ஒரு விதத்தில் அந்தச் செய்தியை எதிர்பார்த்தான். டாக்டர் அத்தனை பேஷண்டுகளையும் புறக்கணித்துவிட்டு தனியாக அழைத்துச்சென்றபோதே, செய்தி அதிர்ச்சி தரப்போகிறது என்று ஊகித்துவிட்டான். முகுந்தனுக்கு முதல் எண்ணம், இதை எப்படி பானுவிடம் சொல்வது, எப்போது சொல்வது என்பதுதான்.

'இன்னும் எத்தனை நாள் உயிரோட இருப்பான் டாக்டர்?' என்றான் - தன் மகனைப் பற்றியா இப்படிக் கேட்கிறோம் என்ற பிரமிப்போடு.

'பனிரெண்டு வயசில நடக்க முடியாம போய்டும். சுமார் அதுக்கப்புறம் எப்ப கார்டியோமையோபத்தி செட்டில் ஆறதோ அப்ப இறந்து போயிடுவான்.'

'புரியும்படியா சொல்லுங்க டாக்டர்' என்றான் சற்று எரிச்சலுடன்.

'இருபது வயதுக்கு மிஞ்சி யாரும் உயிர் வாழ்ந்ததில்லை.'

'இதுக்கு மருந்து, ஆபரேஷன் எந்தச் சனியனும் கிடையாதா?'

'எஃபெக்டிவா இதுவரைக்கும் ட்ரீட்மெண்ட் கண்டு பிடிக்கலை. பையனை உற்சாகமா வெச்சிக்கங்க. கொஞ்சம் வாழ்நாளை நீட்டிக்கலாம்.'

‘டாக்டர், சந்தேமில்லாம இது இந்த வியாதிதானா? நான் ஒரு செகண்டு ஒப்பீனியன் எடுக்கலாமா?’

‘தாராளமாக! எல்லா டெஸ்ட்டும் ரிபீட் பண்ணலாம். என் டெஸ்ட் ரிசல்டையும் தரேன். ஜிபிகே எலிவேஷன், எலெக்ட்ரோ மையோ கிராபி, ஹிஸ்டாலஜிக் சேஞ்சஸ் எல்லாத்தையும் ரிப்போர்ட்டா எழுதிக் கொடுக்கறேன். பாம்பேல, அமெரிக்காவில எங்கயும் காட்டலாம்’ என்ற அவர் குரலில் இருந்த தன்னம்பிக்கை அச்சுறுத்தியது.

‘இதை எப்படி பானுகிட்ட சொல்லப் போறேன்?’ என்றான் முகுந்தன்.

‘அது உங்க பிரச்னை. கூட்டி வந்தா நான் சொல்றேன்’ என்றார்.

‘இல்லை. நானே சொல்றேன்’ என்றான்.

‘பையன்கிட்ட மட்டும் சொல்லவேண்டாம்.’

காரில் திரும்பும்போது முகுந்தனின் கண்களுக்கு ட்ராஃபிக் வெளிச்சங்களோ, உடன் உலவும் வாகனங்களோ சரியாகத் தெரியவில்லை. ஏதோ ரிப்ளெக்ஸ் இயக்கங்களால்தான் செலுத்தினான். ஏன் ஏன் என்று கேள்வி எழுந்து கொண்டே இருந்தது. இருக்காது, நந்துவுக்கு அப்படி எல்லாம் நிகழாது. இந்த இருபதாம் நூற்றாண்டின் இறுதியில் இதற்கு மருந்து கிடைக்காமலா போகும்? இதைச் சவாலாக எடுத்துக்கொண்டு நந்துவைக் காப்பாற்றத்தான் போகிறேன்!

ஆஸ்டின் இல்லத்துக்குத் திரும்பியபோது கோலாகலமாக இருந்தது. நிகில் அமெரிக்காவுக்குப் புறப்பட்டுக்கொண்டிருக்க சுதா, வசந்தி, நந்து, நிடேஷ், நித்யா, விமலா, சித்ரா, புவனா என்று எல்லாரும் நிகிலை கலாட்டா பண்ணிக்கொண்டிருந் தார்கள்.

அனாதையாக டி.வி. ஓடிக்கொண்டிருந்தது. மைக்கேல் ஜாக் ஸன் பாடிக்கொண்டிருந்தான். பானுவின் பட்சண வாசனை யுடன், படுக்கை மத்தியில் பெரிய பெட்டி வாய் திறந்து அதில் நிகில் தன் ஸ்னீக்கர்களை அடைக்க யோசித்துக்கொண்டிருந் தான்.

‘என்ன சொன்னார் டாக்டர்?’ என்று பெரியப்பா கேட்டார்.

‘என்னவோ மெடிக்கல் டர்ம்ஸ் பெரியப்பா’ என்று மழுப்பினான்.

பானு வந்து அவன் வாயில் கொஞ்சம் அல்வாவைப் போட்டு விட்டு ‘இனிப்பான செய்திதானே?’ என்றாள்.

நந்து ‘அப்பா, நான் எப்ப அமெரிக்கா போவணும்?’

‘இருபது வயசுக்குள்ள போயிருவடா நீ’ என்றான் செந்தில்.

சுருக்கென்றது. பெரியப்பாவிடம் இப்போது சொல்லலாமா... நிகில் நிலைகொள்ளாமல் பாப் சங்கீதத்துக்கு அசைந்து கொண்டிருந்தது எரிச்சலாக இருந்தது.

பானு பிஸியாக இருந்தாள். ‘நல்லபடியா செய்தி வந்தா திருப்பதி ஒருமுறை போய்ட்டு முடி எடுத்துர்றதா வேண்டிக் கிட்டு இருக்கேன். திருப்பதி பெருமாள் என்னை ஒருமுறையும் கைவிட்டதில்லைங்க’ என்றாள்.

நந்துவை எடுத்துக்கொண்டு அவனை முகத்தருகில் பார்த்தான்.

நல்ல சிவப்பு. பானுவின் முகம். ஆனால் ஒல்லி. கண்களில் சின்னதாக அடிபட்ட பார்வை. உலகையே குற்றம் சொல்வது போல இருந்தது. சிரிக்கும்போது ரோஜா நிற ஜவ்வு தெரிந்தது. முகுந்தன் அவனை அழுத்திக்கொண்டு ‘உன்னை விட மாட்டேன்’ என்றான். கண்களில் அவசரப்பட்ட நீரைச் சிமிட்டிக் கொண்டான்.

செந்தில் அவனிடம் வந்து ‘அங்கிள், ஏன் நந்து ஒரு மாதிரி நடக்கிறான்?’ என்றான்.

கோபத்துடன் ‘அவன் எப்படி நடந்தா உனக்கென்ன...?’

‘நீ எத்தனை தடவை கோட்டடிச்சிருக்கே கிளாஸ்ல’ என்றான் நந்து.

‘நான் எதுக்கு பாஸ் பண்ணணும்? அப்பாதான் ஏராளமா பணம் வெச்சிருக்காரே.’

சிவானந்தம் அப்போதுதான் வந்து ‘என்ன நிகில், எல்லாம் தயாரா இருக்கா?’ என்றான். முகுந்தனிடம் வந்து தனியாக கேட்டான். ‘என்ன, பிள்ளைக்கு டெஸ்ட் எடுத்தாங்களே, சரியா போச்சில்லை. சீரியஸ் இல்லையே?’

'இன்னும் டெஸ்ட்டுங்கள்லாம் பாக்கியிருக்கு.'

'பாண்டிச்சேரியிலிருந்து ஒரு பூதம் பொறப்பட்டிருக்கு.'

'என்ன பூதம்?'

'கொஞ்சம் கேஷ் தயாராக வெச்சுக்க.'

'புரியறா மாதிரி சொல்லு.'

'அப்புறம் சொல்றேன். கிளப்புக்கு வாயேன் இன்னிக்கு.'

'இவனை அமெரிக்கா அனுப்பற அமர்க்களம் எல்லாம் இருக்குது. முடிஞ்சா வரேன்.'

'வா நிச்சயம். எங்கே சித்ரா கண்ணு, நீயும் மீனம்பாக்கம் போறியா?'

'ஆமாம்' என்றாள் சித்ரா.

'படிக்கவேண்டாமா?'

'இன்னிக்கு யாருக்கும் படிப்பில்லை.'

'நித்யாதான் ரொம்ப அழறாப்பல.'

'போங்கடி. நான் ஏதும் அழலை!'

'கணவன் ஊருக்குப் போனா அழமாட்டாங்களா?'

பானு அதட்டலாக, 'சுதா, வசந்தி எல்லாரும் வாங்க. பேச்சு போதும்' என்றாள்.

நந்து படுக்கையில் எட்டாக மடிந்து படுத்துக்கொள்ள, சிவானந்தம் அவனைத் தட்டிக் கொடுத்து 'நந்து, எப்படி இருக்கே? எல்லாம் சரியாப் போய்டும்' என்றான்.

முகுந்தனுக்குச் சந்தேகமாக இருந்தது. சிவானந்தம் நிச்சயம் விசாரித்திருப்பான் டாக்டர் ரமேஷிடம்!

யாரைக் கேட்பது, யாரிடம் விசாரிப்பது! எப்படி விசாரிப்பது? ரமணராவ் பெரிய எக்ஸ்பர்ட் என்று சொல்வார்.

நிகில் சூட் போட்டுக்கொண்டு வந்தபோது 'டட்டடாய்' என்று பெண்கள் கைதட்டினார்கள். 'சல்மான் கான் மாதிரி இருக்க, தலையை மட்டும் கொஞ்சம் தள்ளி வாரிடு.'

நிகில் சந்தோஷ உச்சியில் அடிக்கடி தன் பாஸ்போர்ட்டையும் அமெரிக்கன் எக்ஸ்பிரஸ் டாலர்களையும் பிரித்துப் பிரித்துப் பார்த்துக்கொண்டே இருந்தான். 'ஒரு கோகோகோலா எத்தனை டாலர்?' என்றான் செந்தில்.

நிகில் நித்யாவை அடிக்கடிப் பார்த்து 'ஏர்போர்ட் வர இல்லை?'

'அம்மா வேணாம்னுட்டாங்க.'

'நீ வராம நான் போறதில்லை.'

'ப்ச். அதெல்லாம் பொய் பேச்சு.'

பானு முகுந்தனிடம் 'உடம்பு சரியில்லையா உங்களுக்கு!'

'இல்லையே.'

'ஒரு மாதிரி இருக்கீங்க!'

'அதெல்லாம் ஒண்ணுமில்லை.' எப்போது சொல்வது? இப்போதா?

நிகில் போகட்டும். அதன்பின் சொல்லலாம்.

நிகில் அமெரிக்கா போக ஆஸ்டின் குடும்பமே வழியனுப்ப வந்திருந்தது. ராஜேஸ்வரி, மகேஸ்வரி கூட தற்காலிகமாக மனஸ்தாபங்களை மறந்து தனி வண்டியில் வந்திருந்தார்கள்.

நிகிலின் தோழர்கள் மாலை போட்டார்கள். மீனம்பாக்கம். கண்ணாடிக்கு வெளியே ரோஜா இதழ்கள் சிதறி நிகில் கண்ணாடிக்கு உள்ளே போகுமுன் நந்துவைக் கன்னத்தில் முத்தமிட்டது முகுந்தனுக்கு எச்சரிக்கைபோல இருந்தது.

'எப்ப வருவே?'

'கல்யாணத்துக்குத்தான்' என்றான், நித்யாவைப் பார்த்துக் கண் சிமிட்டி.

நித்யா அவனையே பார்த்துக்கொண்டிருந்தாள், அடிக்கடி மூக்கை கர்ச்சிப்பால் தொந்தரவு பண்ணிக்கொண்டு. செந்தில் ஐஸ்கீரிம், பாப்கார்ன் என்று அடுத்தடுத்து சாப்பிட்டுக்கொண்டு இருந்தான். நந்துவின் அருகில் காட்டிக்கொண்டே சாப்பிட்டுக் கொண்டிருந்தான்.

ப்ளேன் எப்போது வந்தது என்று தெரியவில்லை. அனைவரும் இலக்கின்றிக் காத்திருந்தார்கள்.

அவ்வப்போது கழன்று கொண்டார்கள். சிவானந்தம், முகுந்தன், பானு, செந்தில், நந்து மட்டும் பாக்கியிருக்க, செந்தில், நந்துவை சாமான்களுக்காக வைத்திருந்த வண்டியில் வைத்துத் தள்ளிக் கொண்டிருந்தான்.

சிவானந்தம் முகுந்தனிடம் 'சாயங்காலம் லெட்சுமணன்னு ஒரு ஆள் பாண்டிச்சேரியிலிருந்து வந்து என்னைப் பார்த்தான்.'

'என்னவாம்?'

'சொல்றேன். நாம ரெண்டு பேரும் பாண்டி போக வேண்டியிருக்கும்போல.'

'எதுக்கு?'

நிகில் எஸ்கலேட்டரில் ஏறுமுன் அனைவரையும் பார்த்து டாட்டா காட்டினான். பானு கண்கலங்கி நந்துவை எடுத்து அணைத்துக்கொண்டாள். காண்டஸ்ஸா காரில் திரும்பியபோது பானுவையும் முகுந்தனையும் ஆஸ்டின் இல்லத்தில் விட்டு சிவா செல்ல, படுத்துக்கொள்ளும்போது இரவு ஒரு மணி.

ஸ்டார் டி. வி. பேஸ்பால் ஆடிக்கொண்டிருந்தது.

நந்து தூங்கிப் போயிருந்தான். பானு விளக்கணைத்ததும் இருட்டில் கேட்டாள்.

'டாக்டர் என்ன சொன்னாரு?'

முகுந்தன் யோசித்தான். இப்போது இந்தச் சமயம் சரியான சமயம்தானா சொல்ல என்று தீர்மானிக்க முடியவில்லை.

'காலைல சொல்றேன், டயர்டா இருக்குது. தூக்கம் வருது.'

'என்ன சொன்னாரு?'

'காலைல பார்த்துக்கலாம்.'

'ஏதாவது கெட்ட செய்தின்னா சொல்லிருங்க.'

'அப்படியெல்லாம் இல்லை.'

'பின் ஏன் முழுவதுமே மூடிலில்லை நீங்க?'

'என்னவோ களைப்பு, குழப்பம்.'

பக்கத்தில் நந்துவின் அறையில் விளக்குப் போடுவது தெரிந்தது.

'நந்து, நந்து கண்ணு! என்ன?'

'அங்க வந்து படுத்துக்கறேன்.'

நந்துவின் நிழல் முன்தொடர, இருட்டில் குட்டி தேவதை போல விளிம்புகள் ஒளிர, நந்து அவர்கள் அருகில் வந்து அம்மாவின் மேல் படிந்து படுத்துக்கொண்டான்.

'நான் செத்துப் போக போறேனாம்மா?' என்றான்.

7

பானு அதிர்ச்சியுற்று 'என்னங்க, ஏன் இப்படியெல்லாம் கேக்கறான்?' என்று முகுந்தனை எழுப்பினாள்.

'என்ன கேக்கறான்?'

நந்து, 'செந்தில் சொன்னான், எனக்குப் பெரிய வியாதியாம். செத்துப்போயிருவேனாம். அம்மா, நான் செத்துப் போக மாட்டேன்தானே?' என்று சந்தேகம் கேட்பது போலக் கேட்ட அவன் குரலில் பயத்தைவிட ஆர்வம் அதிகம் இருந்தது.

பானு முகுந்தனை முறைத்துப் பார்த்து, 'சொல்லுங்க. சொல்லுங்க... என்ன விஷயம்? டாக்டர் என்ன சொன்னார்? சொல்லுங்க' என்று பதற்றத்துடன் கேட்டாள்.

'நந்து, போய்ப் படுத்துக்கப்பா. செந்திலுக்கு உம்மேல பொறாமை. அதனால அப்படியெல்லாம் சொல்லியிருக்கான். நீ போம்மா, உனக்கு ஒண்ணும் இல்லை. நல்ல மருந்து கொடுத்து சரியா பண்ணிடப் போறோம்.'

'ஊசி நெறைய குத்துவாங்களா?'

'இல்லைடா. சும்மா கை, காலெல்லாம் தடவிவிடுவாங்க. கை, கால் வீக்கா இருக்குது பாரு.'

'பேசறப்ப குழறுதுன்னு பள்ளிக்கூடத்தில் சொல்றாங்க.'

'எல்லாம் சரியாப் போய்டும்.'

பானு மௌமாக அவனையே குற்றச்சாட்டுடன் பார்த்துக் கொண்டு இருந்தாள்.

'நந்து தூங்கட்டும்' என்று சைகை காட்டினான்.

நந்துவை மார்போடு அணைத்துக்கொண்டு மடிமேல் கிடத்தித் தூங்க வைத்து, அதன்பின் அவனை அவன் அறையில் தூக்கிக் கொண்டு விட்டு வந்தபின் படுக்கைமேல் உட்கார்ந்தாள்.

'ஏன் அழுவறே?'

'என்ன கெட்ட சேதி வரப்போவுதுன்னு உடம்பு பதறுது!'

'ஒண்ணுமில்லை பானு...' என ஆரம்பித்தவன் நிறுத்த, 'ஒண்ணுமில்லை ஒண்ணுமில்லைன்னு பொய் சொல்லாதீங்க. குடும்பத்துல மத்த எல்லாருக்கும் தெரிஞ்சிருக்கு. எனக்கு மட்டும் சொல்லமாட்டிங்க. என்ன நந்துவுக்கு?'

'யாருக்கும் தெரியாது!'

'பின்ன எப்படி அந்தப் பையன் அந்தக் கேள்வி கேட்டான்?'

'அதெல்லாம் கிடக்கட்டும் பானு. உனக்கு டாக்டர் என்ன சொன்னார்ங்கறதை தெளிவா சொல்லவேண்டிய வேளை வந்திருச்சு. கேட்டுக்கிட்டு கூப்பாடு போடாதே என்ன? மனசைத் தைரியமா வச்சுக்கணும். டாக்டர் சொன்னதுதான் வேதவாக்குன்னு இல்லை. நான் செகண்ட் ஒப்பீனியன் எடுக்கப்போறேன்.'

'சொல்லுங்க. என்ன என் பிள்ளைக்கு! என்ன சொல்லுங்க என் நந்துவுக்கு! சொல்லுங்க.'

'சத்தம் போடாதே. பெரியப்பா எழுந்துரப்போறாரு. நந்துவுக்கு வந்த வியாதி கொஞ்சம் சீரியஸாம். மஸ்குலர் டிஸ்ட் ராஃபின்னு பேர் சொல்றாங்க. இதில சிக்கல், குழந்தை ரொம்ப நாளைக்கு இருக்கமாட்டாங்கறாங்க!'

அவள் புரியாமல் 'இருக்கமாட்டான்னா?'

'சீக்கிரமே எல்லா மஸிலும் பாதிக்கப்பட்டு இறந்து போயிருவானாம். பானு, இது அவர் சொன்னது. இன்னும் ஊர்ஜித

மாகலை. நான் இதை இன்னும் உண்மையா எடுத்துக்கலை. வேற பெரிய டாக்டரைப் பார்க்க வெச்சுட்டு...'

பானு அது எதுவும் கேட்காமல் பெரிசாக தொண்டை கிழிந்து விடும்படி அழுதாள். அவளிடமிருந்து பெண்மையற்ற அமானுஷ்யமான சப்தங்கள் வெளிப்பட்டன.

முகுந்தன் கொஞ்ச நேரம் அவள் அழுவதை பார்த்தபின், 'பானு, அழாதம்மா... அழாதம்மா...' என்றான். வேறு எதுவும் சொல்லத் தெரியவில்லை. அருகே சப்தம் கேட்டு திரும்பிப் பார்த்தான். நிழலில் பெரியப்பா நின்று கொண்டிருந்தார்.

'என்னடா, சண்டை போட்டிங்களா? ஏன் பானு கண்ணு அழுது?'

பானு 'பெரியப்பா, நந்து, நந்து...' என்றாள்.

'நந்துவுக்கு என்ன?'

முகுந்தன் 'பெரியப்பா, அவனுக்கு மஸில் வியாதி வந்துருச்சாம். அதனால் அதிகநாள் உயிரோட இருக்கமாட்டானாம்.'

'யார் சொன்னது?'

'டாக்டர் ரமேஷ், ரமணராவ் ரெண்டு பேரும்.'

'நான்ஸென்ஸ், இதுக்காகவா அழற நீ? பானு, பானு பாரு... டாக்டர்ங்க சொல்றதை நம்பாதே. கேரளாவில் ஒரு வைத்தியத் துக்கு ஏற்பாடு பண்ணி இருக்கேன்.'

'என்ன என்னவோ டெஸ்ட் எடுத்தாங்க பெரியப்பா, ரமணராவ் பெரிய டாக்டர்.'

'பாரு, இந்த உலகத்தில் பெரிய டாக்டர் ஒருத்தன்தான். அவன் மேலே இருக்கான். கடவுள். அவன்தான் எல்லாத்துக்கும் குணம் வெச்சிருக்கான். பானு, பைத்தியமே, இதுக்குப் போய் மனசு உடைஞ்சுட்டியே? இப்படியா அழறது! பாரு, நந்து என் சிறப்புப் பேரன். அவனை யாராவது இந்தக் குடும்பத்துல அத்தனை சுலபமா விட்டுருவமா? சொல்லு கண்ணு பயப்படாத.'

பெரியப்பா பானுவின் தலையைத் தடவிக் கொடுத்து, 'இதை இவகிட்ட சொன்னதே தப்பு. முட்டாள்டா நீ.'

'எப்பவாவது சொல்லித்தான் ஆகணும்.'

'அரைகுறையா டயக்னோஸ் பண்ணதைச் சொல்லலாமா? எல்லா வைத்தியனும் பார்த்துவிட்டு வைத்தீஸ்வரன் கோயிலுக்கு ஒரு நட போய்ட்டு அப்படியே திருநள்ளாறு போய்ட்டு வந்தா சரியாய்ருது.'

'நந்துவுக்குச் சரியாய்ருமாப்பா?'

'நூறு பர்ஸண்ட் உத்தரவாதம். அவனுக்குச் சரியாகலைன்னா நான் இந்தக் கையை வெட்டிக்கொடுப்பேன். போம்மா அழாத! போம்மா. போய் பிள்ளை பக்கத்தில் படுத்துக்க. சும்மா என் மகன் பயம் காட்டினான்னா நம்பிர்றதா! அத்தனை சுலபமா ஆஸ்டின் குடும்பத்திலிருந்து ஒரு உயிர் போகுமா? எமனையே கேட்டாண்ட நிக்க வெக்கிற பலம் இருக்குதில்லை.'

பானு போனதும் பெரியப்பா, 'சரியாச் சொல்லு... என்ன சொன்னார் டாக்டர்?'

'நிறைய டெஸ்ட் எடுத்தாங்க பெரியப்பா. ரத்தப் பரிசோதனை செய்தாங்க. எலெக்ட்ரோ மையோகிராபின்னு செய்தாங்க. மஸில் டிஷ்யுவெல்லாம் எடுத்து லேப்ல கொடுத்து...'

'எல்லாம் பணம் புடுங்கி டாக்டருங்க, இவனுக்கு ஏதும் இல்லை! முகுந்து, கேரளால எண்ணை தடவிவிட்டு நாப்பது நாள்ல...'

'பெரியப்பா இது கேரள வைத்தியத்துக்கெல்லாம் குணமாகும்னு தோணலை.'

'போடா பைத்தியக்காரா... நம்ம ரேவதி புருஷன் சம்பத்து - திருக்காட்டுப்பள்ளி தாத்தாவோட அக்கா மகன். அவனும் இப்படித்தான், சப்பாணி நடை போடுவான். தைலம் தடவித் தான் சரியாச்சு. அப்புறம் புவனேஸ்வரி பாட்டியோட கடைசி தம்பி சீனிவாசு, நம்ம பானுவோட அப்பா. அவனும் சின்னப் பிள்ளைல கொஞ்சம் நடக்கக் கஷ்டப்படுவான். அதெல்லாம் சகஜம். சரியாய்ரும்!

'எனக்கு என்னவோ அப்படித் தெரியலை.'

'ஏதாவது மருந்து மாத்ரையுண்டாமா இதுக்கு? என்ன சொன்னான்?'

‘வைத்தியமே கிடையாதுங்கறாங்க.’

‘இதை எங்கயாவது நம்புவையா? இதான் இந்த அலோபதி ஆளுங்ககிட்ட! சரியாத் தெரியலைன்னா வைத்தியமே கிடை யாதுன்னு சொல்லிருவாங்க. சோதாப்பசங்க. பாரு முகுந்தா, எங்கிட்ட வுட்டுரு. நா குழந்தைய கார்ல அழைச்சிட்டு போய் குணம் பண்ணிக் கொண்டுவரேனா இல்லையா பாரு. அவனைப் பெரிய படிப்பு படிக்க வெச்சு அமெரிக்கா அனுப்பப்போறேன். அவன்தான்டா என் வாரிசு.’

பானு அடுத்த அறையில் படுக்கையில் படுத்திருந்த நந்துவின் கேசத்தைத் தடவிக்கொண்டிருந்தாள்.

இருவரும் நிலைப்படி வழியாக எட்டிப் பார்க்க, நந்து தூக்கத்தில் புன்னகைப்பது தெரிந்தது. பானுவின் கன்னத்து பவுடரைக் கண்ணீர் கரைத்துக் கோடு போட்டிருந்தது.

பெரியப்பா சென்றதும் பானுவை அவன் தோளில் அணைக்க முற்பட அவள் குறுகினாள்.

‘அறியாப் பிள்ளைங்க. யாருக்கும் எந்த தீதும் நினைக்காத பிள்ளைங்க. இவன், இவனுக்கு ஏதாவது ஆச்சுன்னா தெய்வம் கிறதே இல்லைன்னு ஆய்டும். அப்படித்தானே.’

‘அப்படித்தான்’ என்றான் முகுந்தன்.

வியாழக்கிழமை முகுந்தன் ப்ராஜெக்ட் ஆபீசுக்குப் போனபோது சிவானந்தம் காத்திருந்தான். ‘ஒரு பத்தாயிரம் ரூபா வேணும் தலைவரே’ என்றான்.

முகுந்தன் செக் எழுதிக் கொடுக்க, ‘பாண்டிச்சேரி லட்சுமணன் வந்தானா? மறுபடி பார்க்க வர்றதாச் சொன்னானே.’

‘யாரு லட்சுமணன்?’

‘அவன் என்னவோ சொல்றாம்பா. பழுப்பா டாக்குமெண்ட் காட்டறான்.’

‘என்ன டாக்குமெண்ட்?’

‘ஆஸ்டின் அவுஸ் அவனுதாம்! அதாவது, அவன் அம்மா வுடையதாம்.

‘என்னது?’

பதில் சொல்வதற்குமுன் ப்யூன் வந்து ‘அந்தாளு மறுபடி வந்திருக்காங்க’ என்றான்.

‘கூப்பிடுய்யா. இதை முளையிலேயே கிள்ளிர்றது நல்லது.’

உள்ளே வந்த லட்சுமணன் என்பவன் சூழ்நிலைக்குச் சற்றும் தகாத தோற்றமுள்ளவனாக, மூன்று நாள் சவர பாக்கியும் ஒன்றிரண்டு பட்டன் இல்லா சட்டையும் காலரில் அழுக்குப் பட்டையுமாக வந்தான். நெற்றியைக் குங்குமம் மறைந்திருக்க...

‘இதுதான் முகுந்தனா?’

‘ஆம்.’

‘முகுந்தா, நாம கஸின்ஸ், சொன்னயா சிவா?’

‘சொல்லலைப்பா பாண்டிச்சேரி.’

‘என்ன விஷயம், சரியாச் சொல்லு.’

‘உங்கப்பாவும் எங்கப்பாவும் ஒண்ணு தெரியுமில்லை?’

‘என்னது!’

‘ஆமாம். அதுக்கு டாக்குமெண்ட் ப்ரூப் வெச்சிருக்கேன். இன்ஃபாக்ட் நீங்க இருக்கற இந்த எடம், இந்த மனை எங்க தாத்தாது. எங்கம்மாதான் பேக்கு மாதிரி கையெழுத்துப் போட்டுக் கொடுத்துடுத்து. ஒரு வக்கீல் நோட்டீஸுக்கு ட்ராஃப்ட் எழுதத்தான் பட்டணத்துக்கு வந்தேன். வக்கீல் சொன்னார். ப்ரதர்ஸ் எல்லாரும் நல்லவா, காம்ப்ரமைஸ்க்கு வருவா. உங்கப்பாதான் தப்பா...’

‘என்னய்யா சொல்றே?’

சிவனாந்தம், ‘லெட்சுமணன், உன் பொய் மூட்டையெல்லாம் நம்பப்போறதில்லை.’

‘டாக்குமெண்ட் இருக்கே. போட்டோ இருக்கே!’

‘காட்டு பார்க்கலாம்.’

‘அவ்வளவு சுலபமாக் காட்டிருவேனா..’

‘சரி. போய் பெரியப்பாகிட்ட காட்டு.’

‘அவர்ட்ட ஒரு தடவை போய்தான் செருப்படி பட்டாச்சே.’

‘இங்கேயும் செருப்பு இருக்கு.’

‘சன்ஸ் எல்லாம் ரீஸனபிளா இருப்பான்னு வக்கீல்தான் சொன்னார்.’

முகுந்தனுக்கு அவனை எங்கோ பார்த்த மாதிரி இருந்தது. ஏனோ வயிற்றில் சங்கடம் பண்ணியது.

‘எப்ப வரது வக்கீலைக் கூட்டிண்டு?’

‘நாளைக்கு வெள்ளி கழிச்சு சனிக்கிழமை வா. வக்கீலையும் கூட்டிட்டு வா. அப்புறம் டாக்குமெண்டுங்கறியே அதுக்கு போட்டோகாப்பி ஒண்ணு கொண்டுவா, என்ன’ என்று சிவானந்தம் சொல்ல, ‘இரு சிவா. யோவ் லட்சுமணன், போய்யா... போய் என்ன வேணா கேஸ் போட்டுக்கப்போ. இனிமே வராதே என்ன?’

அவன் ஆச்சரியப்பட்டு ‘என்னது, இப்படித் துரத்தறே?’

‘ஆமாம், உம்மாதிரி எத்தனையோ பேரைப் பார்த்தாச்சு.’

‘பாரு சிவா, பாரு முகுந்தா, நான் ஏதும் ப்ளாக்மெயில் பண்ணலை. நல்லபடியாச் சொல்றேன். கைக்காசு இல்லாம டுப்ளே சிலைங்ககிட்ட அலையறேன். போறவா வரவாளை படம் போட்டுண்டு. எனக்கு உங்க சொத்தில் உரிமை இருக்கு. பாண்டி வந்தா தெளிவாச் சொல்றேன்.’

‘போய்யா. முத்து, இத்தாளை வெளியே தள்ளு.’

அவன் கண்ணில் அடிபட்ட பார்வை தெரிய, ‘வேண்டாம்பா. அதுக்கெல்லாம் அவசியம் இல்லை. நானே போறேன். ஏதோ நல்லதனமா சொல்லிப் பார்த்தேன். கேக்கலை. சண்டை போடணுங்கறே, போடறேன்.’

சிவானந்தம் ‘நீ போய்யா’ என்று அதட்ட, ‘சனிக்கிழமை வரட்டுமா?’ என்றான்.

‘எந்தக் கிழமையும் வரவேண்டாம்.’

‘என்னது, ப்ரதர்ஸுக்குள்ள ஒற்றுமை வேண்டாமா என்ன!’

‘போடா’ என்றான் முகுந்தன் மிகுந்த எரிச்சலுடன்.

அவன் ஒருமுறை முகுந்தனை ஒரு யுகத்துக்கு உண்டான வெறுப்புடன் பார்த்துவிட்டுப் போனான்.

சிவானந்தம் ‘என்ன முகு, துரத்திட்டே. ஆசாமிட்ட விஷயம் இருந்தா?’

‘சிவா, நான் நம்ம பொஸஷன் டாக்குமெண்ட் எல்லாம் பார்த் திருக்கேன். யாருக்கும் எந்தவிதமான க்ளெய்மும் இருக்க முடி யாது, இவங்கள்லாம் வெத்து ஆளுங்க!’

‘ஒருமுறை பெரியப்பா எங்கிட்ட பாண்டிச்சேரி பத்தி சொல்லியிருக்காரு.’

‘என்ன அங்க?’

‘ஏதோ நைன்டீன் பிஃப்டில சின்னதா சினேகிதம் எப்பவோ வெச்சிருந்தாராம். எல்லாம் செட்டில் பண்ணிருக்காரு!’

‘இந்த நிலத்தை எப்படி வாங்கினாராம், விசாரிச்சியா?’

‘இது திருக்காட்டுப்பள்ளி தாத்தாது. எல்லா டாக்குமெண்டும் ரொம்ப கிளீன்.’

‘அப்ப இதைப் போட்டு குடைய வேண்டாம்ங்கற.’

‘வேண்டாம். உனக்கு பெரியப்பாவை எம்பாரஸ் பண்ணற துன்னா சந்தோஷம்! எகிறிக் குதிக்கிறயே.’

‘நந்துவுக்கு எப்படி இருக்கு?’

‘ரமேஷ்கிட்ட கேட்டு தெரிஞ்சு வச்சுக்கிட்டு பாசாங்கு பண்ணாதே.’

‘கேட்டேன், என்னவோ சொன்னான், மஸ்குலர் என்னவோன்னு, சரியாப் போயிருமில்லை?’

‘சிவா, உனக்கு எத்தனை லேயர் பாசாங்கு இருக்கு சொல்லு.

பாரு, எல்லாத்தையும் தெரிஞ்சு வெச்சுக்கிட்டு உன் பையனுக்குக்கூட சொல்லிட்டே. சிவா, ஒரு கோணத்தில் பார்த்தா என் பிரதர்னாலும் உன்னை ரொம்ப வெறுக்கும்படியா மனசு சொல்லுது.'

'சரி, அப்படியே செய். யார் வேண்டான்னாங்க.'

'எனக்கு அதைவிட முக்கிய வேலை இருக்குது. நந்துவைக் காப்பாத்தறது.'

நந்துவின் ரிப்போர்ட்டை சில்ரன்ஸ் ஆஸ்பிட்டலில் டாக்டர் பாலகோபாலுக்கு அனுப்பி, அவரை மாலை சந்திக்க ஏற்பாடு செய்துகொண்டான். நிகிலுடன் அமெரிக்காவுக்கு டெலிபோனில் பேசினான். அவன் நந்துவைப் பற்றிக் கேட்கவில்லை. முகுந்தனும் சொல்லவில்லை.

பானு நந்துவை அழைத்துக்கொண்டு பிள்ளையார் கோயிலில் தொடங்கி பக்தி மார்க்கத்தை ஆரம்பித்தாள்.

பெரியப்பா கோட்டக்கல்லுக்கு போன் செய்து ஏற்பாடு செய்தார். திருநள்ளாற்றுக்குப் போவதற்காக சனிக்கிழமை ஏற்பாடு செய்தார். சுந்தர் மகராஜ் என்கிற சுவாமியை வெள்ளிக்கிழமை வரவேற்க ஏற்பாடுகள் செய்தார். நந்துவை நித்யா வந்து பார்த்தாள். 'அத்தை, எப்படியிருக்கு நந்துக்கு?'

பானு மௌனமாக இருந்தாள்.

நந்து மும்முரமாக வாட்டர் கலர் கரைத்து வண்ணங்களாகத் தீற்றிக் கொண்டிருந்தான். அருகில் பல புத்தகங்கள் இருந்தன. நோட் புத்தகத்தில் எழுதியிருந்தான் 'லிவ்' என்று.

'அம்மா, நான் நித்யாகூட வெளையாடப் போகட்டுமா?'

'அங்கெல்லாம் போகக்கூடாது' என்று பானு அதட்டினாள்.

'அத்தை நான் சும்மாத்தானே இருக்கேன். அழைச்சுட்டுப் போறேனே' என்றாள் நித்யா. பானு உடனே இளகினாள்.

நித்யா அவனை அழைத்துச் செல்லும்போது நந்து நடக்கும் விதம் அவளுக்கு அச்சமாக இருந்தது. அடிபட்ட பறவை போல, ஆட்டுக்குட்டி போல எப்படியோ சமாளித்து நடந்தான்.

இதை ஏன் முன்னமேயே நான் கவனிக்கவில்லை.

நித்யா அவனுக்கு முதலில் காஸட் போட்டுக்காட்டினாள்.

நந்து அவளிடம் மிகவும் விருப்பமாக, நெருக்கமாக உட்கார்ந்து கொண்டு 'நித்யா, எனக்குக் கொஞ்சம் டைப் அடிக்கணும் பி. ஸி. ல' என்றான்.

'அடியேன். என்ன சொல்லு? நான் அடிச்சுத்தரேன்.'

'கவிதை மாதிரி.'

'இங்கிலீஷ்லயா?'

'ஆமா, எட்டு எழுதப்போறேன். அவசரமா' என்றான்.

'எதுக்கு அவசரம்?'

'இப்பதான் தோணுது, அதை அப்படியே எழுதணும்!'

'சரி' என்றாள் சிரித்து 'டைட்டில் என்ன?'

'நித்யா.'

நித்யா அவனைச் சற்றே சந்தேகத்துடன் பார்த்து 'நந்து, என்ன நந்து?'

'நித்யா, நாம ரெண்டு பேரும் கல்யாணம் பண்ணிக்கலாமா' என்றான் நந்து.

8

நித்யா நந்துவை வினோதமாகப் பார்த்தாள். 'என்ன நந்து நீ பெரியவங்க பேச்செல்லாம் பேசறியே. உனக்கு வெக்கமா இல்லையா?'

'நான் கேட்டதில் என்ன தப்பு?'

'கல்யாணம்னா உனக்கு என்ன தெரியும்?'

'எல்லாமே தெரியும். தாலி கட்டுவாங்க. மேளம் கொட்டுவாங்க. அப்புறம் பூபோட்ட படுக்கைல பாலு, பழம், முதலிரவு.'

'நந்து, நீ வயசுக்கு அதிகமா, விபரீதமா பேசறே.'

நந்து அவளைப் பார்த்து, கன்னத்தைத் தொட்டு 'நிகிலுக்கு கொடுத்தியே, அந்த மாதிரி ஒரு முத்த மாவது கொடேன்' என்றான்.

நித்யா 'இதை நான் உன் அம்மாகிட்டே சொல்லட்டுமா?'

'சொல்லிக்கயேன்.'

'நந்து, ப்ளீஸ்! இந்த மாதிரி பேச்சை நிறுத்தணும். நீ எதுக்காக இப்படி, உன் புத்தி எப்படி பேதலிச்சு போச்சுன்னே தெரியலை.'

'எனக்கு உன்னைப் பார்க்கணும். நாம ரெண்டு பேரும் சேர்ந்து குளிக்கலாமா?'

'ஸ்டாப் இட் நந்து! என்ன ஆய்டுத்து உனக்கு?'

'நான் செத்துப் போகப்போறேன்' என்றான்.

நித்யா ஸ்தம்பித்து நின்றாள். 'என்னது?' என்றாள்.

'டாக்டர் சொல்லியிருக்கார். ரிப்போர்ட் பாரு. அப்பாவைக் கேளு. எனக்கு மஸ்குலர் என்னவோ சொல்லி நான் செத்துப் போய்டுவேனாம்.'

'யார் சொன்னே? சே சே... அதெல்லாம் நடக்காது.'

'டாக்டர் சொன்னார். பொய்தானே நித்யா?'

'நிச்சயம் தப்பா ஏதோ சொல்லியிருக்கார்' என்று அவனை அணைத்துத் தன் மார்பின் மேல் அழுத்திக் கொண்டாள். நந்து அவள் கழுத்தைக் கட்டிக்கொண்டான்.

★

முதலில் மலையாள மாந்திரிகர்கள் வந்து சந்தனப் பலகையில் யந்திரத்தை வரைந்து பால், தேன் அபிஷேகம் செய்து புனுகு ஜவ்வாது குங்குமம் மஞ்சள் எல்லாம் வைத்து பிள்ளையார் பிடித்து ஒரே வாசனாதி திரவியமாக தினம் ஆயிரத்தெட்டு வீதம் ஒரு மண்டலம் பிடித்தால் தேவிதரிசனம் ஆகும் என்று சொல்லி ஒரு கோஷ்டி ஷெட்டில் புகை போட்டுக்கொண்டிருக்க, கோட்டக்கல் வைத்தியம் என்று பச்சையாக தைலங்கள் கொண்ட பாட்டில்களுடன் ஒரு சந்தனப் பொட்டுக்காரர் வந் திறங்கி நந்துவுக்கு தினம் காலையில் தடவிக் கொடுத்துவிட்டுத் தோப்பில் போய் பீடி புகைத்துக்கொண்டிருந்தார். நந்துவின் மெடிக்கல் ரிப்போர்ட்டை ஜெராக்ஸ் எடுத்தும் ஃபாக்ஸ் மூல மாகவும் அமெரிக்காவில் பிரபல டாக்டர்களுக்கு அனுப்பினார் கள். இதனிடையே காரில் திருநள்ளாறு, நாகூர், வேளாங் கண்ணி, வைத்தீஸ்வரன் கோவில் என்று நந்துவை அழைத்துக் கொண்டு பெரியப்பாவும் பானுவும் போய்வந்தார்கள்.

முகுந்தன் மிகுந்த குழப்பத்தில் இருந்தான். அவனுக்கு சில விஷயங்கள் விளங்கவே இல்லை. 'எதற்காக நந்துவுக்கு இந்த வியாதி வரவேண்டும். மற்ற எல்லோரும் நன்றாக இருக்கும் போது இந்தக் குழந்தைக்கு மட்டும் என்ன?' என்று, உபன்யாசத் துக்காக பெரியப்பா அழைத்துவந்திருந்த சுந்தர் மகராஜ்

என்பவரை வெள்ளிக்கிழமை கேட்டான். அவர், 'ஜாதஸ்ய ஹித்ருவோ ம்ருத்யு த்ருவம்' பிறந்தால் இறப்பது நிச்சயம் என்றார்.

'ஸ்வாமி, இறப்பது நிச்சயம்தான். ஆனால், இந்த வயசிலா? இதற்குக் காரணம் என்ன?'

'காரணம் இருக்கிறது' என்றார்.

'என்ன என்ன?'

'கண்டுபிடி. தேடினால் கண்டுபிடிக்கலாம். எல்லா அகால மரணத்துக்கும் காரணம் இருக்கிறது. உங்கள் குடும்பத்தில் ஏதோ ஒரு மஹா பாபம் நிகழ்ந்திருக்கிறது. அதைக் கண்டுபிடித்து திருத்து' என்றார்.

அந்த மகராஜ் எந்தவிதமான தயக்கமோ, பாசாங்கோ இல்லாமல், ரோஜா இதழ்களுடன் மிகவும் ஆரோக்கியத்துடன், வார்த்தைகளிலும் உச்சரிப்பிலும் சுத்தத்துடனும் உடலருகே கொஞ்சம் சந்தன வாசனையுடனும் இருந்தார். முகுந்தனுக்கு அவரை மிகவும் பிடித்துப் போய்விட்டது.

'அந்தக் காரணத்தை அறிந்துகொள்ள விரும்புகிறேன்' என்றான்.

'தேடு, நீயே தேடு, விடை கிடைக்கும். என்னைக் கேட்காதே. நான் தேடுவதற்குத் தூண்டுகோலாக இருப்பவன் மட்டும்தான்.'

இதை சிவாவிடம் சொன்னபோது 'அந்த சாமியார் கஞ்சா அடிக்கிறான்' என்றான்.

'சிவா, சும்மா சொல்லாதே. எப்படி உன்னால இத்தனை 'க்ரூடா' இருக்க முடியறது? அவரை எத்தனை நாள், எத்தனை மணி நேரம், எத்தனை நிமிஷம் பார்த்திருக்கே? அதுக்குள்ளே எப்படி நீ சொல்ல முடியும்?'

'கண்ணைப் பார்த்தே சொல்லிருவேன்.'

முகுந்தன் சலித்துக்கொண்டான்.

'முகு, உனக்கு என்ன வேணும் சொல்லு. காரணம்? உன் பையன், அவனுக்கு ஏன் இந்த விதி? அவன் மட்டும் என்ன பாவம் செஞ்சான்? அந்தக் கேள்விக்கு விடை, அதுதானே?'

ஆஸ்டின் இல்லம்

'ஆமாம்!'

'கண்டுபிடிச்சு சொல்றேன். ஒரு வாரம் டைம் கொடு. இதுக்கு விடை இங்க இல்லை முகுந்தா. இதுக்கு விடை பாண்டில இருக்கு.'

அன்றைக்கு அமெரிக்க டாக்டர்களின் 'செகண்ட் ஒப்பீனியன்' ஃபாக்ஸ் வந்தது. இந்திய டாக்டர்கள் பார்த்துச் சொன்னது சரிதான். பையனுக்கு தசை நார்களின் செல்களின் அமைப்பில் மிகவும் பலஹீனம் ஏற்பட்டு, இன்னும் இரண்டு மூன்று வருஷம் தான் தாங்கும். வேண்டுமென்றால் தற்போது ப்ரொட்னிஸோன் என்னும் மிகச் சக்தி வாய்ந்த ஸ்டிராய்டுகளைப் பிரயோகித்தால் இந்த நோயின் வளர்ச்சி வேகத்தைக் குறைத்து இன்னும் சில வருஷங்கள் காலம் தாழ்த்தலாம். ஆனால் ப்ரெட்னிஸோன் உபயோகிக்கும்போது கொஞ்சம் ஜாக்கிரதையாக இருக்க வேண்டும். அதன் பக்கவிளைவுகள் மிகத் தீவிரமானவை. டாக்டர் ரமேஷ் கண்டிப்பாக அந்த மருந்தைப் பயன்படுத்த மறுத்துவிட்டார்.

பெரியப்பா 'அதெல்லாம் வேண்டாம் முகுந்தா, இப்ப திருநள்ளாறு போயாச்சு. இந்த தைலத்தை தடவிக்கிட்டா ஒரு மண்டலம் போதும். பையன் குதிச்சு எழுந்து நடப்பான்னு வாரியர் சொல்லிட்டாரு. எதுக்காக மனசைப் போட்டு உழப்பிக்கிறே. ஜாதகத்தைப் பார்த்துட்டேன். பத்தாம் தேதி பிற்பகல் மூணே கால் மணிக்கு குருபகவான் அவன் ராசியில் சத்ரு ஸ்தானம் குணா ரேகா ஸ்தானம்ங்கற கன்னிராசிக்கு பிரவேசிக்கிறதாலே இவன் ஜீவனஸ்தானம்...'

'பெரியப்பா, ப்ளீஸ்! இதையெல்லாம் நான் நம்பலை..'

'நான் நம்பறேன். குருவினோட பார்வை கிடைக்கிறதாலே குழந்தைக்கு எந்தவிதமான குறையும் இல்லைன்னு அடிச்சுச் சொல்லியிருக்கான் ஜோஸ்யன். எதாவது ஆச்சுன்னா தொழிலையே விட்டுர்றேன்னிருக்கான்.'

'அதான் நடக்கும் போல இருக்கு பெரியப்பா. அமெரிக்காவிலிருந்து ரிப்போர்ட்டை பார்த்தா...'

'என்ன ரிப்போர்ட்?'

'நீங்க சொல்ற ஜீவனஸ்தானம் சயனஸ்தானம்ங்கறது ஒரு வகை ஏமாற்று. மற்றொன்னு, மையோடானிக் மஸ்குலர் டிஸ்டிராஃபி, ஸ்டிராய்ட், ப்ரெட்னிஸோன்னு! எப்படிப்பட்ட குழப்பம் இடையில் திண்டாடறேன்.'

'எனக்குக் குழப்பமே இல்லை முகுந்தா. இது சரியாப் போய்டும். சரியாப் போய்டும். எவ்வளவு ஏற்பாடுகள் செய்திருக்கேன் தெரியுமா? லலிதாம்பாள் சோபனம் சொல்லப்போறோம். அப்றம் லலிதா சகஸ்ரநாமம், சத்யநாராயண பூஜை, சந்தோஷி மாதா பூஜை. எத்தனை ஏற்பாடு செய்திருக்கேன். இந்தத் தெய்வீக நெருப்பில் அத்தனை வியாதியும் பஸ்பமா போயிரும்டா. நம்பிக்கை வை முதல்ல!'

'ஹோப் ஸோ' என்றான் முகுந்தன்.

அன்று மாலை ரொம்ப அரிதாக கிளப்புக்குப் போய்க் கொஞ்சம் விஸ்கி எடுத்துக்கொண்டான். புல்வெளியில் வந்து உட்கார்ந்த போது கையில் மூன்றாவது ரம்முடன் சிவானந்தம் வந்தான். 'என்ன பிரதர், நீயே குடிக்க ஆரம்பிச்சுட்டே. இன்னிக்கு முழு பாட்டில்தான் நானு...'

'சிவா, யாரை நம்பறது? யாரை?'

'பையனைப் பத்தித்தானே கவலை?'

'ஆமாம் சிவா.'

சிவா குடிகாரப் பாசத்துடன் அவன் கையைத் தொட்டான். 'காரணம் டோய்...' அவனுக்கு இன்னொரு விஸ்கி ஆர்டர் செய்தான். 'கமான்.' முகுந்தனை வேகமாகக் குடிக்க வைத்தான். குடித்ததனால் சற்றே தள்ளாடி சிவாவைக் கெட்டியாகப் பிடித்துக் கொண்டு சட்டென்று அழ ஆரம்பித்தான். 'சிவா, எனக்குப் புரியலை. புரியவே இல்லை.'

'உனக்குக் காரணம் தெரியணும், அவ்வளவுதானே?'

'எதுக்காக என் பிள்ளை போய் இந்த மாதிரி கஷ்டப்படணும். அவன் என்ன செய்தான்? பாவம் பண்றதுக்கு இன்னும் வயசே வரலையே? வாழ்க்கை எத்தனை அபத்தம் பாரு? எதுக்காக ஒரு இளம் வாழ்க்கையை கடவுள் இப்படி ஊதி அணைக்கிறாரு?'

'கடவுளாவது மயிராவது. எல்லாமே தற்செயல். ஸ்டாடிஸ்டிக்ஸ். கடவுளுக்கு நம்மையெல்லாம் கவனிக்க நேரமே இல்லை. சிவா விஸ்கில சோடா ஊத்தறானா, இல்லை மூத்தரத்தை ஊத்த றானான்னு கடவுள் மேற்பார்வை பார்த்துக்கிட்டு இருந்தா அவனைப் போல முட்டாள் யாரும் இருக்க முடியாது. என்ன சொல்றே!'

'உண்மைதான்.'

'அதனால, அதனால கடவுளைப் பத்திக் கேக்காதே. சாமியார் சொன்னான் பாரு. அதில் ஒண்ணு சத்தியவாக்கு. உண்மையை நீதான் கண்டுபிடிக்கணும். உன் பையனுக்கு மஸில் புடுங்கிக் கிட்டதுக்கு காரணம் நான் கண்டுபிடிச்சு சொல்லத்தான் போறேன். ஆனா கண்டுபிடிக்கறதில என்ன லாபம் சொல்லு?'

'இது நியாயமான காரணமா இருந்தா உயிர் வாழ்றதில ஒரு எக்ஸிஸ்டென்ஷியல் க்ரைஸிஸ் மாதிரி இதை எடுத்துக்கிட்டு..'

'பாரு, இந்த மாதிரி பெரிய பெரிய வார்த்தையெல்லாம் வேண்டாம். எனக்குப் புரியறா மாதிரி ரெண்டு வார்த்தை சொல்லு. மது மாது. பாரு... மது மாது.'

'எந்த மாது? நம்ம அக்கவுண்டண்ட் மாதுவா?'

'இல்லையப்பா. பெண்! தி க்ரேட் வுமன்! தாய்க்குலம். வரியா போகலாம்.'

'எதுக்கப்பா வீட்டில் மாலதி மாதிரியும் பானு மாதிரியும் மனைவிங்களை விட்டுட்டு கழிசடைங்களைத் தேடிப் போகணும்?'

'பெரியப்பா அதைத்தானே செய்தார் பாண்டில.'

'போடா போடா.'

'நான் இந்தக் காரணத்தைச் சொல்லிரட்டுமா உனக்கு. சொல்லிரட்டுமா... சொல்லிரட்டுமா?'

'சொல்லு, என்ன போச்சு இப்ப?'

சிவா மேலே பேச முடியாமல் குழறினான். இருவரும் கிளப் மூடும் வரை குடித்தார்கள். டிரைவர் மௌனமாக கார் கதவைத்

திறக்க இருவரும் ஏறிக்கொள்ள, சிவா பிடிவாதமாக மாம் பலத்தில் ஒரு அட்ரசுக்குப் போக வேண்டும் என்று சொல்ல, முகுந்தன் அவனைவிட சற்று போதை தணிந்த நிலையில் இருந்ததால், 'வேண்டாம் சிவா, வேண்டாம் சிவா' என்று டிரைவரை வீட்டுக்குப் போகச் சொன்னான். பானு அவர்கள் இருவரும் வந்து இறங்குவதை மௌனமாகப் பார்த்துக் கொண்டிருந்தாள். உள்ளே நுழைந்ததும் அவள் மேசைமேல் வைத்திருந்த உணவைப் புறக்கணித்துப் படுக்கையில் விழுந்த போது, அவனை உலுக்கி எழுப்பி, 'நான் பாட்டுக்குப் பூஜை, புனஸ்காரம், கோவில் குளம்னு ஊர் பூரா தவிச்சிக்கிட்டு அலைஞ்சுக்கிட்டு இருக்கேன். புள்ளையைப் பத்திக் கவலையே இல்லாம இப்படிக் குடிச்சுட்டு வரிங்களே, இது நியாயமா?' என்று கேட்டது முகுந்தனுக்கு காது கேட்காமல், குறட்டை விட்டுத் தூங்கிப் போனான்.

அடுத்த முழு வாரமும் முகுந்தன் பெரியாப்பாவையோ, சிவாவையோ பார்க்கவில்லை. நந்துவை மற்ற சில டெஸ்டு களுக்கு அழைத்துச் சென்றதில் அவன் வியாதியை ஊர்ஜிதப் படுத்தினார்கள். சிவா வெள்ளிக்கிழமை சாயங்காலம் முகுந் தனை ஆபீசில் பார்த்தான். இன்னும் குடிக்க ஆரம்பிக்காததால் தெளிவாக இருந்தான். 'பாண்டிச்சேரி போயிருந்தேன் பிரதர். அந்த லட்சுமணன் விவகாரத்தை துப்புரவா விசாரிச்சிட்டேன். அன்னிக்கு பானு கோவிச்சுட்டாளா?'

'எனக்கு ஏதும் ஞாபகமில்லை. சொல்லு பாண்டிச்சேரில என்ன?'

'நம்ம குடும்பத்தில நிகழ்ந்த ஒரு மகாபாவத்தைக் கண்டுபிடிக்க முடிஞ்சது.'

'என்ன சொல்ற நீ?'

'அன்னிக்கு அந்த கஞ்சா சாமியார் சொன்னான் பாரு? அது முழுக்க உண்மை வாத்தியாரே. நான் ஆடிப்போய்ட்டேன். முகுந்து, நாம் இருக்கிற இந்த வீடு பாவத்தால கட்டப்பட்டது. இந்த ஆபீசு, இந்த ஆஸ்டின் இல்லம், இந்த பிரஸ்ஸு அத்த னைக்கும் ஆதாரம் ஒரு துரோகம். ஒரு மிகப் பெரிய துரோகம். ஒரு தற்கொலையை உருவாக்கின துரோகம்.

'என்ன சிவா சொல்றே நீ?'

'பெரியப்பா பாண்டிச்சேரில சாவித்திரியம்மான்னு ஒரு பொண்ணை வச்சிக்கிட்டு இருந்தது உனக்குத் தெரியுமில்லை?'

'ஏதோ பேச்சு உண்டு, சின்ன வயசில மொதல் பொண்டாட்டி உங்கம்மா இறந்தப்புறம் ஏதோ கொஞ்சம் விளையாடி இருக்கிறதை பூடகமா அவரே சொல்லியிருக்காரு!'

'அவ மவன்தான் லட்சுமணன்ங்கறாங்க. ஆனா இந்தம்மா புருசனுக்குச் சொந்தமா இருந்ததுதான் இந்த ஆஸ்டின் இல்லம் கட்டி இருக்கற மனை. அந்தம்மாவுக்கு உதவாக்கரையா ஒரு கணவன். பாண்டில, பார்ங்கள்ல கணக்கெழுதிக்கிட்டு அங்கேயே குடிச்சிக்கிட்டு இருந்தான். அவன்கிட்ட இந்த ஆஸ்டின் இல்லத்துக்கு உண்டான இந்த மனையைத் திருக்காட்டுப்பள்ளி தாத்தா பேர்ல வாங்கியிருக்கார் நம்ம பெரியப்பா.'

'டீட் எல்லாம் சரியாத்தான் இருந்தது?'

'டீட் எல்லாம் சரிதான். வாங்கின வெலையைப் பார்த்தியா? அது போக்யத்துக்கு கடனுக்கு விட்டு மொத்தமே எத்தனை ரூபா கொடுத்திருக்கா தெரியுமா? இந்த இடத்துக்கு ஆயிரம் ரூபாய்! ஏறக்குறைய தோப்பாட்டம் இருந்ததாம். இந்தத் தெருவையே வாங்கியிருக்காரு. அதும் எப்படி? அவன் பேர்ல கடன் கொடுத்துட்டு கடன் திருப்பித்தர ஒரு மாதம் காலதாமதமாய்டுச்சுன்னு தன் பேர்ல மாத்திக்கிட்டாரு! அத்தனை கண்டிப்பா ஒரு பத்திரத்தை எழுதி அவன் கையெழுத்தை வாங்கிட்டு. அவன் வந்து கதறிக் கதறி அழுதிருக்கான். கடைசில இங்கேயே தற்கொலை பண்ணிகிட்டு உயிரை விட்டிருக்கான். காரணம் மனைமட்டும் இல்லை! மனை, மனைவி! ரெண்டையுமே பெரியப்பா புடுங்கிட்டாரு.'

'ஸ்டாப் இட். நான் இதை நம்பத் தயாரா இல்லை!'

'நம்பறியோ இல்லையோ, அதான் உண்மை. நான் அந்த சாவித்திரி அம்மாவைப் போய்ப் பார்த்தேன். பாண்டிச்சேரில இருக்காங்க. பார்கின்ஸன் டிஸீஸ் வந்து எப்ப பாரு தலையை ஆட்டிக்கிட்டு இருக்காங்க. முகுந்தா, ஒரே ஒரு உண்மையை மட்டும் மறந்துடாதே! எல்லாப் பெரிய சொத்துகளுக்குப் பின்னணியில் ஒரு குற்றம் இருந்தே ஆகணும்! அந்தப் பாவம் தான் நம்மை எல்லாத்தையும் போட்டு வாட்டுது. பாவத்தில் பிறந்த சொத்து இந்த ஆஸ்டின் இல்லம். அதனாலதான் என்

பொண்டாட்டி என்மேல எப்பவும் எரிஞ்சு விழறா. என் பையன் செந்தில் முட்டாளா இருக்கான்! நான் பொம்பளைங்க பின்னாலேயே அலையறேன். உன் பையனுக்கு வியாதி வந்திருக்கு. பாவத்தின் நிழல்ல கட்டின வீடுரா இந்த ஆஸ்டின் இல்லம்!'

முகுந்தன் திகைத்துப்போய் 'எனக்கு என்ன நினைக்கிறதுன்னே தெரியலை.'

'அந்தச் சாமியாரைப் போய்க் கேட்கலாம், இதுக்குப் பரிகாரம் என்ன பண்ணணும்னு. அவ்வளவு அக்யுரேட்டா சொன்னவன் பரிகாரம் சொல்லாம இருப்பானா? பாரு முகுந்தா, கிழவன்தான் பாவம் செய்திருக்கான். நாம ரெண்டு பேரும் ஏதும் செய்யலை. அதனால நம்ம குடும்பம் இதனால வாடக்கூடாது.'

'அதுக்காக?'

'முதல்ல இல்லத்தைவிட்டு விலகிரலாம். எங்க வேணா போகலாம். அந்தம்மாவைப் பார்க்கணும். உடம்பு பூரா ஸ்கேபிஸ் வந்து பட்டினத்தார் பாட்டுல வராப்ல சாக்கில படுத்துக்கிட்டு தலையை ஆட்டிக்கிட்டிருக்காங்க. சின்ன வயசில போட்டோ எடுத்திருக்காங்க. பக்கத்தில் பெரியப்பாவை வச்சுக்கிட்டு எத்தனை அழகா இருந்திருக்கா தெரியுமா?'

முகுந்தன் போனை எடுத்து பெரியப்பாவைக் கூப்பிட்டான்.

9

பெரியப்பா பிஸினஸ் விஷயமாக வெளியே போயிருப்பதாகவும் திரும்பி வர சாயங்காலம் அஞ்சு மணி ஆகும் என்று தெரிந்துகொண்டதும் முகுந்தன் வீட்டுக்குப் போனான். நித்யாவும் பானுவும் நந்து வுடன் விளையாடிக்கொண்டிருந்தார்கள். சன்னல் வெளிச்சத்தில் அடிபட்ட பறவை போல சுருட்டிக் கொண்டு, நித்யாவை கழுத்தில் கட்டிக்கொண்டு, புத்தகத்தில் உள்ளதை உச்சரித்துப் படித்துக்கொண்டிருந்தான் நந்து. சாக்லேட் பெட்டியும் பொம்மைகளும் புத்தகங்களும் அருகே சிதைந்திருக்க, தலைமாட்டில் அத்தனை சாமி படங்களும் இருந்தன. நித்யா அவனுக்குத் தலைவாரிக் கொண்டிருந்தாள். பானு இவன் வந்ததைக் கவனித்து 'கொஞ்சம் வாங்களேன்' என்று அருகில் அழைத்தாள்.

'என்னவாம்?'

'ரொம்ப ஏங்கிப் போயிருக்கான். ஏதாவது சமாதானமா சொல்லுங்களேன். அவன் கேக்கற கேள்விகளுக்கெல்லாம் பதில் சொல்ல முடியலை. லிஸ்ட் எழுதி வெச்சிருக்கான் பாருங்க.'

பட்டியலில் இலந்தைப்பழம், வால்ட் டிஸ்னியின் ஜங்கிள் புக், வீடியோ, வில்லியம் ப்ளேக், இரண்டாவது கிளாஸ் பாடப்புத்தகம், பேல்பூரி, பாவ்பாஜி. 'இதெல்லாம் அவனுக்கு வேணுமாம்.'

எதற்கு என்று கேட்காமல் 'அவனுக்குத் தெரியுமா?' என்றான்.

'தெரிஞ்சிருக்கு. அதைப்பற்றி அவன்கிட்ட ஏதும் வருத்தமே இல்லை. சில வேளையில் 'பயமா இருக்கு' என்கிறான். எப்பவும் நித்யாவைப் பக்கத்திலேயே இருக்கச் சொல்கிறான். விட்டுப் போனா அலர்றான்.'

'ஆமாம் அங்கிள், காலேஜ் போக விடமாட்டேங்கறான்' என்றாள் நித்யா.

நித்யாவின் மேல் ஒட்டிக்கொண்டு, பயந்து ஒரே திசையில் பார்த்துக் கொண்டு, 'நந்து எப்படி இருக்கே?' என்று அவனை உற்சாகப்படுத்த, 'நாமெல்லாரும் சினிமா போய்ட்டு, பிக்னிக் போய்ட்டு...'

'வேண்டாம்' என்றான் சுருக்கமாக.

அவன் கண்களைப் புரிந்துகொள்வது கஷ்டமாக இருந்தது.

'நந்து, அப்பாகிட்ட பேசு.'

அவரை ஒரு தடவை பார்த்தான். இந்த இளம் மனதில் என்ன எண்ணங்கள் ஓடும்? பத்து வயசுக்கு, மரணம் என்பதன் முழு அர்த்தமும் புரியுமா? இவனை எப்படி ஏமாற்ற முடியும்? தேவதைகள் அழைத்துச் செல்வார்கள் என்று சொன்னால் நம்புவானா! முழுமையான பகுத்தறிவு இவனிடம் இருக்குமா?

பானு, 'சில பேர் சொன்னாங்க. இதே மாதிரி வந்து சரியா யிருச்சுன்னு' என்று, அறையைவிட்டு வந்ததும் சொன்னாள்.

'சரியானா சரி. ஆனா அமெரிக்கா டாக்டர்கள் எல்லாம் மூணு வருஷத்துக்கு மேல் கிடையாதுன்னு சொல்லிட்டாங்க.'

'இப்படியே இருப்பானா, இல்லை படிப்படியா?'

'படிப்படியா குறையுமாம்.'

'நித்யாகிட்டதான் உசிரா இருக்கான். என்னை என்னவோ நாந்தான் காரணம் மாதிரி பார்க்கறான்' என்று புடைவைத் தலைப் பால் கண்ணீரைத் துடைத்துக்கொண்டாலும் பிடிவாதமாக வந்தது.

‘அதெல்லாம் நீயா இமாஜின் பண்ணிக்காதே.’

‘அவனுக்கு மட்டும் ஏங்க இப்படி வரணும்?’ என்றாள்.

முகுந்தன் அவளை நேராகப் பார்த்து ‘காரணம் தெரியணும்னா சொல்றேன். இந்தக் குடும்பத்தினோட, இந்த ஆஸ்டின் இல்லத்தோட சாபக்கேடு. அதுதான் காரணம்.’

‘என்ன சொல்றீங்க?’

‘நாம இப்ப இருக்கிற இந்த ஸ்தலம், இந்த வீட்டு மனை எல்லாம் ஒரு துரோகத்தின் விளைவா கிடைச்சுது. பெரியப்பா நமக்கெல்லாம் ரொம்ப ரொம்பத் தீங்கு செய்திருக்கார்.’

‘பெரியப்பா...’ என்றாள் பானு வாசலைப்பார்த்து.

பெரியப்பா அறைக்குள் நுழைந்து, ‘என்ன நந்து, எப்படி இருக்கே? பார்த்தியா, பூசையெல்லாம் பண்ணதில பையன் தெளிஞ்சுட்டான். நித்யா நீயும் இங்க இருக்கியா? சரிதான், மருமகளை இப்பவே கூட்டி வெச்சுக்கிட்டியா பானு? முகுந்தா, ஏன் ஆபீஸ் போகலை? என்ன ரெண்டு பேரும் பேஸ்த் அடிச்சாப்பல இருக்கிங்க? மறுபடி ரிப்போர்ட்டா? பாரு முகுந்தா, அதெல்லாம் நம்பாதே. டாக்டர்கள் சொல்றது அத்தனையும் வேதவாக்கில்லை.’

‘பெரியப்பா, கொஞ்சம் உங்ககூட பேசணும்.’

‘பேசு.’

‘தனியா.’

‘இரு! என் பேரனுக்கு முத்தம் கொடுத்துட்டு வந்துர்றேன்’ என்று நந்து முகம் சுருங்க முத்தம் கொடுத்துவிட்டு பால்கனிக்கு வந்தார். ‘பானு நீயும் வா’’ என்றார் பெரியப்பா.

பால்கனியில் இருந்து ஆஸ்டின் இல்லம் வளாகத்தின் அத்தனை வீடுகளும் தெரிந்தன. சோலை தெரிந்தது. நாய்களைக் கட்டி வைத்துச் சோறு போடும் பண்ணை தெரிந்தது. சிவாவின் வீடு, ஆபீஸ் கட்டடம், கெஸ்ட் அவுஸ் எல்லாம் தெரிய, ‘பாத்தியா, நம்ம சாம்ராஜ்யம். ஒவ்வொரு செங்கலும் என் உழைப்பால் கட்டினது.’

‘பெரியப்பா, பாண்டிச்சேரில என்ன நடந்ததுன்னு முழுசா தெரிஞ்சிக்கிட்டோம். சாவித்ரியம்மா, லட்சுமணன் மூலமா இந்த ஆஸ்டின் இல்லத்தை எப்படி வாங்கினீங்க, என்ன ஆச்சு எல்லாம் தெரிஞ்சிக்கிட்டோம்.’

‘என்ன தெரிஞ்சிக்கிட்டே?’

‘இந்த இடத்தை நீங்க அடைஞ்ச பின்னணியில இருந்த ஏமாற்று வேலையெல்லாம்.’

‘யார் சொன்னா, லட்சுமணனா?’

‘சிவா போய், அந்தம்மாவைப் பார்த்துட்டு வந்துட்டான். அங்க பார்த்த போட்டோக்கள், அவநிலைமை எல்லாம் சொன்னான்.’

‘அது என்னவோ துரோகம்னியே, என்ன அது?’

‘அந்தச் சாவித்ரியுடைய கணவனை ஏமாற்றி இந்த இடத்தை எழுதி வாங்கிட்டு அவனையும் துரத்திட்டு அவன் மனைவியை ஒங்ககிட்ட வெச்சுக்கிட்டு அவன் தற்கொலை பண்ணிக்கிற வரைக்கும் கொண்டுபோய்ட்டிங்க.’

‘இவ்வளவெல்லாம் விசாரிச்சியே. அவன் எப்படிப்பட்ட ஆளுன்னு விசாரிச்சியா?’

‘அவன் யாராயிருந்தாலும் எனக்குக் கவலை இல்லை! பெரியப்பா, இந்த மாதிரி ஒரு துரோகத்தின் அடிப்படையில் குடும்ப சொத்தே உருவாகி இருக்கிறதாலதான் நம்ம பிள்ளைங்களை இப்படியெல்லாம் படுத்துது. நந்துவுக்கு வந்த வியாதி அதனால தான்.’

‘இப்ப அதுக்கு என்ன பண்ணச் சொல்றே? எல்லாத்தையும் சாரிட்டிக்கு எழுதி வச்சுரவா? தெருவில நிப்பிங்கடா?’

‘நீங்க என்ன வேணா செய்துக்கங்க. நாங்க இந்த இடத்தைவிட்டு வேற வீடு பார்த்துக்கிட்டு போறதா தீர்மானிச்சுட்டோம்.’

‘நாங்கன்னா?’ என்றார்.

‘சிவாவும் நானும். மற்றவங்கிட்டயும் சிவா சொல்லிடப் போறான். பெரியப்பா உங்களுக்கு எங்க துணை தேவையே இல்லை.’

'இந்த இடத்தை விட்டுப் போய்ட்டா நந்துவுக்குச் சரியாய்டுமா?'

'இந்த இடத்தில் பாவத்தின் நிழல் பட்டுத்தான் அவனுக்கு வியாதி வந்திருக்கு! இல்லாட்டி அறியாப்பிள்ளைக்கு இந்த வயசில ஏன் மரணதண்டனை?'

பெரியப்பா பானுவைப் பார்த்து, 'பானு நீயும் இதேதான் சொல்றியா?'

பானு, 'பெரியப்பா, எனக்கு ஒரே ஒரு விசயம்தான் முக்கியமாகப் படுது. நந்து குணமாகணும்.'

'குணமாகாது பானு' என்றான் முகுந்தன். 'இந்த வீட்டில இருக்கற வரை குணமாகாது. இவர் பண்ணதுக்கு நாம பிராயச்சித்தம் பண்ணினாத்தான் குணமாகும்!'

பெரியப்பா அவனை அடிபட்டாற்போலப் பார்த்துக்கொண் டிருந்தவர், 'சரி முகுந்தா, உன்கிட்ட ஒண்ணே ஒண்ணு கேட்டுக் கறேன். இன்னிக்குப் போகாதிங்க. நாள் நல்லால்லை. நாளைக்குப் போங்க. ராத்திரி எல்லாரையும் கூப்பிடு. குடும்பம் பிரியறதுக்கு முன்னாடி ஒருமுறை சேர்ந்து இருக்கலாம்!'

அதற்கு அவன் பதில் சொல்லக் காத்திருக்காமல் பெரியப்பா நந்துவிடம் போய், 'கண்ணு ராத்திரி ஒனக்குத்தான் பார்ட்டி! என்ன எழுதிக்கிட்டிருக்கே!'

நந்து 'போயம்' என்றான்.

'எங்கே படி பார்க்கலாம்.'

   They say I'm going to die;
   I say it's all a lie...

என்று பெரியப்பாவைப் பார்த்து விரலால் சுட்டான்.

அன்று ராத்திரி எட்டு மணிக்கு அவர்கள் எல்லாரும் ஆஸ்டின் இல்லத்தின் பிரதான ஹாலில் கூடியிருந்தார்கள். திருக்காட்டுப் பள்ளி தாத்தா, புவனேஸ்வரி பாட்டியின் பெரிய படங்கள் சாய்த்து மாட்டியிருக்க, பெரியப்பா முட்டை வடிவ மஹாகனி மேஜையின் மேல் பக்கத்தில் உட்கார்ந்திருக்க, எதிரே முகுந்தன்.

சிவா வரும்போதே லேட்டாக வந்தான். வழக்கம்போல கொஞ்சம் குடித்துவிட்டு. ராஜேஸ்வரி, மகேஸ்வரி கணவர்கள் நித்யானந்த், சதானந்த். மாலதிகூட வந்திருந்தாள். அத்தனை குழந்தைகளும் சுதா, வசந்தி, செந்தில், நிடேஷ், நித்யா, சித்ரா, புவனா, விமலா எல்லோரும் உற்சாகமாகப் பேசிக்கொண்டு, இந்த எதிர்பாரா நிகழ்ச்சியின் காரணத்தைக் கேட்டுக்கொண்டு, நிகில் அனுப்பியிருந்த காஸட்டுகளையும் போட்டோக்களை யும் நித்யா மற்ற பெண்களிடம் காட்டிக்கொண்டிருக்க, நந்துவை பானு அழைத்துவர, பெரியப்பாவுக்கு அருகில் இடம் கொடுக்கப்பட்டது.

அனைவருக்கும் இப்போது நந்துவின் வியாதி என்ன என்று தெரியுமாதலால் அவன் வந்ததும் கொஞ்சம் உற்சாகம் குறைந்ததை முகுந்தன் கவனித்தான். அனைவரும் மேசையிலும் மிச்சமுள்ளர்கள் சோபா விளிம்பிலும் உட்கார்ந்து கொள்ள, பெரியப்பா, ‘நாம இப்ப எல்லாரும் சேர்ந்தாப்பல இருக்கறது விருந்து சாப்பிட அல்ல. குழந்தைங்கள்லாம் மாடிக்குப் போய் விளையாடுங்க. இது பெரியவங்க குழப்பம். மாடில சின்னதா நந்துவுக்குப் பார்ட்டி மாதிரி ஏற்பாடு பண்ணிருக்கேன். ஐஸ்கிரீம், ப்ரொஜெக்ஷன் வீடியோல ஜங்கிள் புக், நந்துவுடைய அபிமான சித்திரம். அப்புறம்...’

சிறுவர்கள் அனைவரும் மாடிக்குச் செல்ல, பெரியப்பா ‘சாயங்காலம் முகுந்தன் என்கிட்ட ஒரு விஷயம் சொன்னான். நந்துவுக்கு மஸ்குலர் வியாதி வந்து அவன் ரொம்ப நாள் இருக்கமாட்டான்னு தெரிஞ்சப்புறம் இதற்கு காரணத்தை முகுந்தனும் சிவாவும் தேடினதில, காரணம், இந்த ஆஸ்டின் இல்லம் துரோகத்தின் அடிப்படையில் ஒரு ஆளை ஏமாத்தி அவன்கிட்டருந்து பிடுங்கிட்டதாகவும், அந்தப் பாபத்தின் நிழல் இருக்கிறதாகவும் சொன்னான். அந்த ஆளுடைய மனைவி சாவித்ரியையும் நான் பாண்டிச்சேரில வெச்சுக்கிட்டு அதனால ஒரு மகன்கூட இருக்கிறதாகவும் இதனால்தான் நந்துவுக்கு வியாதின்னும் சொன்னான்... அதானே முகுந்தா, உன் குற்றச் சாட்டு?’ முகுந்தன் தலை அசைக்க...

‘நான் குடும்பத்தில் உங்க யார்கிட்டயும் இதைப்பத்தி பேசின தில்லை. என் மனைவி குணவதிகிட்டகூட பேசினதில்லை. இவ் வளவு விசாரிச்சிங்க, சாவித்ரி புருஷன் எப்படிப்பட்டவன்னு விசாரிச்சிங்களா சிவா?’

'விசாரிச்சோம், குடிகாரன்னு சொன்னாங்க. அதனால கடன் பட்டவன்னும் சொன்னாங்க.'

'அவன் தன் மனைவியை எப்படி ட்ரீட் பண்ணான்ங்கறதை விசாரிச்சியாடா? அவளைச் சோரம் போகச் சொல்லி, சம்பா திச்சுக் கொடுக்க படுத்துக்கச் சொல்லி, குடிக்கக் காசும் சம்பாதிக்கச் சொன்னதை விசாரிச்சிங்களா? அவளை சூடு போட்டதை விசாரிச்சியா? மழையில கர்ப்பமா இருக்கறப்பகூட அனுப்பினதை சொல்லலை? கைக்குழந்தையை கட்டிலுக்கடில விட்டுட்டு கஸ்டமர்கிட்ட படுக்க வச்சதை?

'...நான் அந்தப் பொண்ணைக் காப்பாத்தினேண்டா. அவனை நானே கொன்னிருக்கணும். சட்டம் அனுமதிக்காது. அவன் தன்னையே கொன்னுக்கிட்டான். அந்தப் பெண்ணுக்கு மறு வாழ்வு கொடுத்தேன். பாண்டிச்சேரியில வீடு கொடுத்து, அடிக்கடி போய் பார்த்துகிட்டு இருந்தேன். மனைவி செத்தப்ப அவகிட்டதான் கொஞ்சம் ஆறுதல் கிடைச்சது. பிஸிக்கலா எதுவும் உறவு இல்லை! குடிகாரக் கணவன்கிட்டருந்து அவளை மீட்டு மறுவாழ்வு கொடுத்தது தப்புன்னா நான் செய்தது தப்பு. இந்தச் சொத்து, ஏமாற்றி வாங்கனதுங்கறாங்க. அவன் பத்திரத்தில எழுதிக் கொடுத்து, மனைமேல வாங்கின கடனை திருப்பிக் கொடுக்க முடியாம, மார்ட்கேஜ் டீட் இருக்கு. காட்டறேன். அதில இல்லீகலா எதும் இல்லை. பத்திர ஷரத்துக் களைப் பார்த்தா புரியும்...' பெரியப்பா, மாத்திரையை வாயில் போட்டுக்கொண்டார்.

'இதுல எங்க பாவம் இருக்கு? இந்தக் குடும்பத்து ஒற்றுமையை கலைக்கணுங்கறான் முகுந்தனும் சிவாவும். நியாயமா சொல்லுங்க! மாப்பிள்ளைங்க தீர்மானிச்சு சொல்லுங்க. என் வேர்வையால, உழைப்பால இந்தச் சாம்ராஜ்யத்தைக் கட்டி னேன். இதைப் பாவத்தின் அழுக்குங்கறான். நியாயமா? தீர்மானிச்சுக்குங்க' என்று அவர் எழுந்து போக...

'இருங்க பெரியப்பா' என்றான் முகுந்தன். 'சிவா சொல்லு.'

சிவா 'ஊர்ல உள்ள குடிகாரங்களையெல்லாம் நாம் காப்பாத் தணும்னு அவசியமே இல்லை. காப்பாத்தி அவங்க மனைவிங் களை மறுவாழ்வு கொடுத்து வப்பாட்டியா வெச்சுக்கணும்னும்

அவசியம் இல்லை. அந்த சாவித்ரியம்மாவை பப்ளிக்கா கல்யாணம் பண்ணியிருந்தா நியாயம் பேசலாம் நீங்க. மேலும் இந்த மனை மார்ட்கேஜ் எல்லாம் சரிதான். ஆனா தொகை பார்த்தா ஆயிரமோ ரெண்டாயிரமோ! அநியாய கம்மி விலை. இந்த இடத்தில பாபத்தின் கறை இருக்கத்தான் இருக்கு. அந் தாளு இதே காம்பவுண்டுக்கு வெளியே சாக்கடையில விழுந்து கிடந்ததையெல்லாம் பெரியப்பா சொல்லவே இல்லை. இவரே கொன்னிருக்கவும் கூடும். மறைச்சு வெச்சுட் டார்னுட்டும் பேச்சு இருக்குது. இதையெல்லாம் எழுப்ப விரும்பல. எனக்கும் முகுந்தனுக்கும் இந்த இடத்தில இருக் கிறது பிடிக்கலை. நந்து என்ன பாவம் செய்தான்? அறியாப் பையனுக்கு ஏன் இந்த உபாதை வரணும்னு விசாரிக்கப் போய்த்தான் இந்த பூதம் எல்லாம் வெளியே வந்துச்சு. அத னால இந்த அபாரமான வீட்டில பெரியப்பாவே இருந்துட்டுப் போகட்டும். அவருக்கு நாமெல்லாம் தேவையே இல்லை' என்றான்.

பெரியப்பா, 'சரி, தீர்மானிச்சு நாளைக்குச் சொல்லுங்க' என்று தன் அறைக்குப் போய்விட்டார்.

காலை எட்டு மணியாகியும் அவர் எழுந்திருக்கவில்லை என்று வேலைக்காரன் போய்ப் பார்த்து, அவர் படுக்கையில் படுத் திருந்த விதம் சரியாக இல்லை என்று அவசரமாக முகுந்தனைக் கூப்பிட, அவன் வந்து பார்த்து டாக்டரை அழைக்க, அவர் ராத்திரியே இறந்திருக்கிறார் என்று தெரிந்தது. படுக்கையருகே கார்டினால் மாத்திரைகளின் சீசா காலியாக இருந்துது. சிவா தான் போன் செய்து போஸ்ட்மார்ட்டம் போன்ற சிக்கல்கள் இல்லாமல் பார்த்துக்கொண்டு, மத்தியானத்துக்கு கிரமே டோரியத்தில் எரித்துவிட்டார்கள். 'ஆஸ்டின் இல்லத்தில் துக்கம்' என்று ஆபிச்சுவரி எல்லா பேப்பர்களிலும் வந்து, பெரியப்பாவின் வாழ்க்கைக் குறிப்பையும் கச்சிதமாகப் போட்டிருந்தார்கள்.

இதெல்லாம் நிகழ்ந்து ஒரு மாதம் விட்டு முகுந்தன் டாக்டர் ரமேஷிடம், நந்துவை மாமூல் பரிசோதனைக்கு கூட்டிச் சென்றான்.

'நித்யா கூட மட்டும் பேசறான் டாக்டர்.'

'வேகமாக மோசமாயிட்டிருக்கு' என்றார். அவனைத் தனியாக அழைத்து 'முகுந்த், ஆஸ்டின் இல்லத்தைவிட்டு ஃப்ளாட்டுக்குப் போயிட்டிங்களாமே?'

'ஆமாம் டாக்டர். ஆஸ்டின் இல்லத்துல பாவத்தின் நிழல் இருக்கு. என் பையனுக்கு இந்த வியாதி வந்ததுக்கு அதுதான் காரணம்.'

'நான்சென்ஸ்.'

'இல்லை டாக்டர், பொயெட்டிக் ஜஸ்டிஸ்னு உலகத்தில இருக்கிறதா நான் நினைக்கிறேன்.'

'மிஸ்டர் முகுந்தன், கொஞ்சம் விவரமாகக் கேளுங்க. நந்துவுக்கு வியாதி வந்ததுக்கு காரணம், ஜஸ்ட் ப்ளெய்ன் ஹெரிடிட்டி, குடும்பத்தில சொத்து வீணாப் போகுதுன்னு நீங்க ஒருத்தருக்கு ஒருத்தர் கல்யாணம் கட்டிக்கிட்டு, கான்ஸாங்வினிட்டின்னு சொல்வாங்க, அதனால ஜெனட்டிக் கோளாறுகள். ஒருமுறை பெரியப்பா சொல்லிருக்காரு, இந்த மாதிரி டிஸ்ட்ராஃபி, சீனிவாசன்னு ஒருத்தருக்கும் சம்பத்தோ யாரோ அவங்களுக்கும் இருந்ததாம் இந்த வியாதி. உங்க குடும்பத்துல ஹிஸ்டரி இருக்கு. பெண்களுக்கு வராது. அவங்க கேரியர்ஸ். ஆண்கள்லாம்தான் இந்த அபாயத்தில் இருக்காங்க.

'சும்மா பாவம் அது இதுன்னு சொல்லிக்கிட்டு குடும்பத்தில இருக்கிற ஆதாரமான பழக்கத்தை மழுப்பாதிங்க. இனிமே உங்க பெண்களுக்கு உறவில கல்யாணம் பண்ணிக்காதீங்க. நிகில் நித்யாவைப் பண்ணிக்கறதுகூட சரியில்லைதான். நித்யாவும் டெஸ்ட் பண்ணணும் கேரியரான்னுட்டு. அதுக்கப்புறம்தான் கல்யாணமே பண்ணிக்கணும்.

'நந்துவுக்கு இன்னும் மூணு வருஷமோ நாலு வருஷமோ இருக்குது. அவனை சந்தோஷமா வெச்சுக்கங்க. டூர் அழைச் சிட்டுப் போங்க. நிறைய படிச்சுக் காட்டுங்க.'

நந்துவை நர்ஸ் அழைத்து வந்தாள்...

'என்ன நந்து, பைக்குள்ள என்ன வச்சிருக்கே?'

டாக்டர் ரமேஷ் அந்தக் காகிதத்தை எடுத்துப் பார்த்தார்...

They say I'm going to die;
I say it's all a lie...
Why should I
With so my poems unwritten
Fruits unbitten
Die?

(முற்றும்)